FYRIR FULLKOMIN UPPLIFUN AF EINSTÖKU GRÆNMETI

Uppgötvaðu ánægjuna af Sunnudagur, Rutabaga, Eggaldin og fleira

Sigríður Egilsdóttir

 Þessi bók ætti ekki að koma í staðinn fyrir læknisfræðilega, lögfræðilega eða aðra faglega ráðgjöf.

EFNISYFIRLIT _

KYNNING

Velkomin í hina fullkomnu upplifun með einstöku grænmeti. Í þessari handbók bjóðum við upp á boð um að komast yfir hið kunnuglega og leggja af stað í ævintýri sem fagnar þeim gersemum sem oft er gleymt í grænmetisríkinu - sólköku, rútabaga, eggaldin og fleira.

Sjáðu fyrir þér eldhúsið þitt sem svið og þetta einstaka grænmeti sem aðalleikarana, tilbúið til að sýna sinfóníu bragða, áferða og matreiðslumöguleika. Þetta er ekki bara matreiðslubók; það er kveður til fjölbreytileikans sem er í hinum oft vanræktu hornum framleiðslugöngunnar, sem bíður þess að töfra skilningarvitin þín og endurskilgreina matarupplifun þína.

Þegar þú flettir í gegnum þessar síður, ímyndaðu þér sögurnar sem hvert grænmeti segir - allt frá hnetukenndum undirtónum Sunnudagur til jarðneskrar sætu rutabaga og fjölhæfs glæsileika eggaldins. Þetta er miðinn þinn í matreiðsluferð þar sem hið óvenjulega verður að venju og hið kunnuglega er fundið upp á ný.

Sérhver uppskrift í þessu safni er vandlega unnin kafli, sem býður þér ekki bara rétt heldur upplifun - tækifæri til að auka matreiðsluhæfileika þína og endurskilgreina samband þitt við grænmeti. Hvort sem þú ert vanur kokkur í leit að nýjum hæðum sköpunargáfu eða nýliði í eldhúsi sem er fús til að víkka sjóndeildarhringinn þinn í matreiðslu, þá er " Fyrir Fullkomin Upplifun Af Einstöku Grænmeti" sniðin til að hvetja, fræða og, síðast en ekki síst, gleðja.

Vertu með í þessu matargerðarævintýri þar sem við afhýðum lögin af venjulegu og afhjúpum einstakt eðli einstakts grænmetis. Ferðin framundan lofar ekki aðeins matreiðsluánægju heldur einnig dýpri tengingu við hráefnin sem prýða borðið þitt. Svo, með eldmóði og opnum huga, láttu könnunina hefjast og megi eldhúsið þitt umbreytast að eilífu af undrum einstakrar grænmetisgleði.

SUNNUDAGUR/JERUSALEM ARTICHOKE

1.Hlaðið blandað grænt salat

HRÁEFNI:

- 1 meðalstórt japanskt eggaldin, skorið í 1⁄2 tommu teninga
- 1 meðalstór rauð paprika, skorin í 1⁄2 tommu teninga
- 1 meðalstór gul paprika, skorin í 1⁄2 tommu teninga
- 1 pund Sunnudagur (valfrjálst), gufusoðinn
- 4 epli, skorin í sneiðar
- 1 bolli bok Choy
- 2 matskeiðar ristað graskersfræ
- 1⁄4 bolli ólífuolía
- 2 matskeiðar hvítt balsamik edik
- 1 hvítlauksgeiri, saxaður
- 1⁄2 tsk sykur
- 1⁄2 tsk salt
- 1⁄4 tsk mulin rauð paprika
- romaine salat, rifið í hæfilega stóra bita
- Rulla , rifin í hæfilega stóra bita

LEIÐBEININGAR:

a) Forhitið ofninn í 375°F.

b) Olía létt á 9 x 13 tommu bökunarpönnu. Setjið eggaldin og papriku á tilbúna pönnu og bakið þar til mjúkt, 15 mínútur .

c) Blandið saman olíu, ediki, hvítlauk, sykri, salti og muldum rauðum pipar í lítilli skál. Blandið vel saman og hellið yfir kælt grænmetið.

d) Dreifið grænmetinu á framreiðsludisk. Hellið eggaldin- og piparblöndunni ofan á og setjið afganginn af marineringunni ofan á. Skreytið með graskersfræjum eða uppáhalds hnetunum þínum.

2.Sunchoke cappelletti með eplum

HRÁEFNI:

- Ólífuolía
- 4 lb (1,8 kg) Sunnudagur, saxaðir
- 2 hvítlauksgeirar, saxaðir
- 1 bolli (227 g) ricotta
- Kosher salt
- Nýmalaður svartur pipar
- Ravioli deig
- Ólífuolía
- 1 pund (454 g) grænkál, saxað
- 1 epli, þunnt sneið

LEIÐBEININGAR:

a) Til að búa til fyllinguna, dreypið ólífuolíu yfir á stóra pönnu við meðalháan hita og bætið sólkokkunum saman við. Eldið þar til það er mjúkt, um 8 til 10 mínútur. Takið af hellunni og látið kólna aðeins.

b) Hrærið Sunnudagur, hvítlauk og ricotta í matvinnsluvél þar til það hefur blandast saman. Kryddið með salti og nýmöluðum svörtum pipar.

c) Rykið tvær plötur með semolina hveiti.

d) Til að búa til pastað skaltu rúlla deiginu út þar til lakið er aðeins hálfgagnsært .

e) Skerið útrúllað blöð í 12 tommu (30 cm) hluta og hyljið afganginn með plastfilmu. Leggðu blöðin á þurrt vinnuborð og klipptu hringi í blöðin með því að nota hringlaga 3 tommu (7,5 cm) skera.

f) Notaðu sprautupoka eða skeið til að setja um það bil 1 teskeið af fyllingu í miðjan pastahringinn, skildu eftir um ¼ tommu (6 mm) í kringum hliðarnar. Brjótið hringinn yfir til að búa til hálft tunglform og þrýstið meðfram brúnunum til að loka. Notaðu skvettu af vatni til að þétta það ef þörf krefur.

g) Til að mynda pastaformið, með bogadregnu brúnina að þér, taktu punktana tvo saman og þrýstu. Gakktu úr skugga um varlega að bogna ytri brúnin sé upp til að mynda hringlaga lögun. Settu pastað á vinnuborðið þitt og passaðu að það standi eitt og sér. Flyttu cappelletti varlega yfir á semolina-rykið pönnur, með millibili.

h) Látið suðu koma upp í stórum potti af vatni. Á meðan, á stórri suðupönnu, við meðalhita, dreypið ólífuolíu yfir. Bætið grænkálinu út í og steikið þar til það byrjar að visna. Slökkvið á hitanum og setjið eplin út í. Kryddið með salti og nýmöluðum pipar.

i) Slepptu pastanu varlega í vatnið og eldið þar til það er al dente, um 2 til 3 mínútur. Hellið í sautépönnu með grænkáli og eplum.

j) Til að bera fram skaltu skipta pasta, grænkáli og eplum á milli skála.

3.Grænmetiscarpaccio

HRÁEFNI:

- 3 rauðrófur í mismunandi litum; bleikur, gulur og hvítur
- 2 gulrætur í mismunandi litum; gult og fjólublátt
- 2 Jerúsalem ætiþistlar
- 4 radísur
- 1 rófa
- ¼ bolli ólífuolía
- 4 matskeiðar vínedik
- 1 brauðsneið, í teningum
- 2 matskeiðar furuhnetur
- 1 matskeið graskersfræ
- 2 matskeiðar valhnetuolía
- 1 handfylli salat
- sjó salt
- nýmalaður svartur pipar

LEIÐBEININGAR:

a) Þvoið allt grænmetið. Skerið í mjög þunnar sneiðar með mandólíni.
b) Setjið í skál, hellið ediki og ólífuolíu út í og hrærið varlega með fingrunum.
c) Látið standa í klukkutíma.
d) Ristið brauð með furuhnetunum og graskersfræjunum á þurri pönnu og hrærið stöðugt í.
e) Raðið grænmetinu á disk og skreytið með brauðteningum og fræjum.
f) Stráið hnetuolíu yfir, salti og pipar.
g) Skreytið með salatlaufum.

4.Jerúsalem ætiþistlar með granatepli

HRÁEFNI:

- 500 g Jerúsalem ætiþistlar
- 3 matskeiðar extra virgin ólífuolía
- 1 tsk nigella fræ
- 2 matskeiðar furuhnetur
- 1 matskeið hunang
- 1 granatepli, helmingað endilangt
- 3 matskeiðar granatepli melass
- 3 matskeiðar feta, mulið
- 2 matskeiðar flatblaða steinselja, söxuð
- Salt og svartur pipar

LEIÐBEININGAR:

a) Forhitið ofninn í 200C/400F/gasmark 6. Skrúbbið ætiþistlana vel og helmingið þá eða fjórðungið eftir stærð.

b) Setjið þær á stóra bökunarplötu í einu lagi og dreypið 2 msk af olíunni yfir. Kryddið vel með salti og pipar og stráið svo nigella fræjunum yfir. Steikið í 20 mínútur eða þar til það er stökkt í kringum brúnirnar.

c) Bætið furuhnetunum og hunanginu við ætiþistlana síðustu 4 mínúturnar af eldun.

d) Á meðan, þeytið granateplafræin út. Notaðu stóra skál og þunga tréskeið og berðu á hliðina á hverju hálfu granatepli þar til öll fræin hafa skotið út. Fjarlægðu hvaða maríu sem er. Hellið safanum í litla skál og bætið við granateplasírópinu og afganginum af ólífuolíu. Hrærið saman þar til blandast saman.

e) Þegar ætiþistlin og furuhneturnar eru tilbúnar, setjið þær með skeið á framreiðsludisk með fræjunum stráð yfir. Hellið dressingunni yfir allt og endið með fetaost og steinselju til að bera fram.

5.Spínat og sætkartöflulasagne

HRÁEFNI:

- 2 til 3 stórar sætar kartöflur (um 2 pund), skrældar og skornar í ½ tommu hringi
- 2 stór blómkálshaus, skorin í báta
- ¼ bolli furuhnetur, ristaðar
- Ósykrað möndlumjólk, eftir þörfum
- 3 matskeiðar næringarger, valfrjálst
- ½ tsk múskat
- 1½ tsk salt
- 1 stór gulur laukur, afhýddur og skorinn í teninga
- 4 hvítlauksrif, afhýdd og söxuð
- 1 msk hakkað timjan
- ½ bolli smátt skorin basil
- 12 bollar spínat (um 2 pund)
- Salt og nýmalaður svartur pipar eftir smekk
- 12 aura heilkorna eða Jerúsalem þistilhjörtu lasagna núðlur, soðnar samkvæmt pakkaleiðbeiningum, tæmdar og skolaðar þar til þær eru kólnar

LEIÐBEININGAR:

a) Setjið sætu kartöflurnar í tvöfaldan ketil eða gufukörfu og látið gufa í 6 mínútur, eða þar til þær eru mjúkar en ekki mjúkar. Skolið þar til það er kalt, hellið síðan af og setjið til hliðar.

b) Látið blómkálið gufa í 6 til 8 mínútur þar til það er mjög mjúkt. Blandið blómkálinu og furuhnetunum saman í blandara, í skömmtum ef þarf, og maukið þar til það er slétt og rjómakennt, bætið við möndlumjólk ef þarf. Bætið maukinu í stóra skál og hrærið næringargerinu (ef það er notað), múskat og salti saman við. Setja til hliðar.

c) Setjið laukinn í stóra pönnu og steikið við meðalhita í 10 mínútur. Bætið vatni við 1 til 2 matskeiðar í einu til að koma í veg fyrir að það festist við pönnuna.

d) Bætið hvítlauk, timjan, basilíku og spínati út í og eldið í 4 til 5 mínútur, eða þar til spínatið visnar. Bætið við blómkálsmaukið og blandið vel saman. Kryddið með auka salti og pipar.

e) Forhitið ofninn í 350°F.

f) Til að setja saman lasagna skaltu hella 1 bolla af blómkálsblöndunni í botninn á 9 × 13 tommu bökunarformi. Bætið við lag af lasagna núðlum. Settu lag af sætum kartöflum ofan á núðlurnar.

g) Hellið 1½ bolla af blómkálsblöndunni yfir sætu kartöflurnar. Toppið með öðru lagi af núðlum og síðan lag af sætum kartöflum.

h) Bætið öðru lagi af blómkálsblöndunni saman við. Toppið með síðasta lagi af núðlum og afganginum af blómkálssósunni. Hyljið með álpappír og bakið í 30 mínútur.

i) Takið lokið af og bakið í 15 mínútur í viðbót, eða þar til potturinn er heit og freyðandi. Látið standa í 15 mínútur áður en borið er fram.

6. Brenndur kjúklingur með Jerúsalem ætiþistli

HRÁEFNI:

- 1 lb / 450 g Jerúsalem ætiþistlar, skrældar og skornar eftir endilöngu í 6 fleyga ⅔ tommu / 1,5 cm þykka
- 3 msk nýkreistur sítrónusafi
- 8 kjúklingalæri með skinni, með beinum, eða 1 meðalstór heill kjúklingur, skorinn í fjórða
- 12 bananar eða aðrir stórir skalottlaukar, helmingaðir langsum
- 12 stór hvítlauksrif, skorin í sneiðar
- 1 meðalstór sítróna, helminguð langsum og síðan mjög þunnar sneiðar
- 1 tsk saffranþræðir
- 3½ msk / 50 ml ólífuolía
- ¾ bolli / 150 ml kalt vatn
- 1¼ msk bleik piparkorn, létt mulin
- ¼ bolli / 10 g fersk timjanblöð
- 1 bolli / 40 g estragon lauf, saxað
- 2 tsk salt
- ½ tsk nýmalaður svartur pipar

LEIÐBEININGAR:

a) Setjið ætiþistlana í meðalstóran pott, hellið miklu vatni yfir og bætið helmingnum af sítrónusafanum út í. Látið suðuna koma upp, lækkið hitann og látið malla í 10 til 20 mínútur þar til mjúkt en ekki mjúkt. Tæmið og látið kólna.

b) Setjið ætiþistlana og allt hráefnið sem eftir er, fyrir utan afganginn af sítrónusafanum og helmingnum af estragoninu, í stóra blöndunarskál og notaðu hendurnar til að blanda öllu vel saman. Lokið og látið marinerast í ísskáp yfir nótt eða í að minnsta kosti 2 klst.

c) Forhitið ofninn í 475°F / 240°C. Raðið kjúklingabitunum, með skinnhliðinni upp, í miðju steikarpönnu og dreifið afganginum í kringum kjúklinginn. Steikið í 30 mínútur.

d) Hyljið pönnuna með álpappír og eldið í 15 mínútur til viðbótar. Á þessum tímapunkti ætti kjúklingurinn að vera alveg eldaður.

e) Takið úr ofninum og bætið við estragoninu og sítrónusafanum. Hrærið vel, smakkið til og bætið við meira salti ef þarf. Berið fram í einu.

7. Hrásalat og kryddjurtasalat

HRÁEFNI:

- 2 eða 3 stórir ætiþistlar (1½ lb / 700 g samtals)
- 3 msk nýkreistur sítrónusafi
- 4 msk ólífuolía
- 2 bollar / 40 g rúlla
- ½ bolli / 15 g rifin myntulauf
- ½ bolli / 15 g rifin kóríanderlauf
- 1 oz / 30 g pecorino toscano eða romano ostur, þunnt rakaður
- Maldon sjávarsalt og nýmalaður svartur pipar

LEIÐBEININGAR:

a) Útbúið skál af vatni blandað með helmingnum af sítrónusafanum. Fjarlægðu stilkinn af 1 ætiþistli og dragðu af hörðu ytri blöðin.

b) Þegar þú hefur náð mýkri, fölu blöðunum skaltu nota stóran, beittan hníf til að skera þvert yfir blómið þannig að þú situr eftir með neðsta fjórðunginn.

c) Notaðu lítinn, beittan hníf eða grænmetisskeljara til að fjarlægja ystu lögin af ætiþistlinum þar til botninn eða botninn kemur í ljós.

d) Skafið loðna „kæfann“ úr og setjið grunninn í sýrða vatnið. Fleygðu afganginum, endurtaktu síðan með hinum þistilhjörunum.

e) Tæmið ætiþistlurnar og þurrkið þær með pappírshandklæði. Notaðu mandólín eða stóran, beittan hníf, skerðu ætiþistlana í pappírsþunnar sneiðar og færðu í stóra blöndunarskál.

f) Kreistið yfir afganginn af sítrónusafanum, bætið ólífuolíunni út í og blandið vel saman. Þú getur látið þistilinn standa í allt að nokkrar klukkustundir ef þú vilt, við stofuhita.

g) Þegar þú ert tilbúinn til að bera fram skaltu bæta rucola, myntu og kóríander við ætiþistlana og krydda með ríflegri ¼ tsk salti og nóg af nýmöluðum svörtum pipar.

h) Hrærið varlega og raðið á diska. Skreytið með pecorino spænunum.

8.Fylltir ætiþistlar með ertum og dilli

HRÁEFNI:

- 14 oz / 400 g blaðlaukur, snyrtur og skorinn í 0,5 cm sneiðar
- 9 oz / 250 g nautahakk
- 1 stórt lausagönguegg
- 1 tsk malað pipar
- 1 tsk malaður kanill
- 2 tsk þurrkuð mynta
- 12 meðalstórir ætiþistlar eða þíddir frosnir ætiþistlabotnar (sjá kynningu)
- 6 msk / 90 ml nýkreistur sítrónusafi, auk safa úr ½ sítrónu ef notaðir eru ferskir ætiþistlar
- ⅓ bolli / 80 ml ólífuolía
- alhliða hveiti, til að hjúpa ætiþistla
- um 2 bollar / 500 ml kjúklinga- eða grænmetiskraftur
- 1⅓ bollar / 200 g frosnar baunir
- ⅓ oz / 10 g dill, gróft saxað
- salt og nýmalaður svartur pipar

LEIÐBEININGAR:

a) Blasaðu blaðlaukinn í sjóðandi vatni í 5 mínútur. Tæmdu, endurnærðu og kreistu vatnið úr.

b) Saxið blaðlaukinn gróft og setjið í blöndunarskál ásamt kjöti, eggi, kryddi, myntu, 1 tsk salti og miklum pipar. Hrærið vel saman.

c) Ef þú notar ferska ætiþistla skaltu búa til skál með vatni og safa úr ½ sítrónu. Fjarlægðu stilkinn af ætiþistlinum og dragðu af hörðu ytri blöðin. Þegar þú hefur náð mýkri, fölu blöðunum skaltu nota stóran beitta hníf til að skera þvert yfir blómið þannig að þú situr eftir með neðsta fjórðunginn. Notaðu lítinn, beittan hníf eða grænmetisskeljara til að fjarlægja ystu lögin af ætiþistlinum þar til botninn eða botninn kemur í ljós. Skafið loðna „kæfann" úr og setjið grunninn í sýrða vatnið. Fleygðu restinni og endurtaktu síðan með hinum þistilhjörunum.

d) Setjið 2 matskeiðar af ólífuolíunni í pott sem er nógu breiður til að þistilhöldin liggi flatt og hitið við meðalhita. Fylltu hvern ætiþistlabotn með 1 til 2 matskeiðum af nautakjötsblöndunni, þrýstu fyllingunni upp í. Rúllaðu botnunum varlega upp úr hveiti, hjúpaðu létt og hristu afganginn af. Steikið í heitri olíu í 1½ mínútu á hvorri hlið. Þurrkaðu pönnuna hreint og settu ætiþistlana aftur á pönnuna, raðaðu þeim flötum og vel hlið við hlið.

e) Blandið soðinu, sítrónusafanum og olíunni sem eftir er saman og kryddið ríkulega með salti og pipar. Hellið skeiðar af vökvanum yfir ætiþistlana þar til þær eru næstum, en ekki alveg, á kafi; þú þarft kannski ekki allan vökvann. Setjið smjörpappír yfir ætiþistlana, hyljið pönnuna með loki og látið malla við vægan hita í 1 klst. Þegar þær eru tilbúnar ættu aðeins um 4 matskeiðar vökvi eftir. Takið lok og pappír af ef þarf og minnkið sósuna niður. Setjið pönnuna til hliðar þar til ætiþistlarnir eru orðnir rétt volgir eða við stofuhita.

f) Þegar þú ert tilbúinn til að bera fram, blanchaðu baunirnar í 2 mínútur. Tæmið og bætið þeim og dilliinu á pönnuna með ætiþistlinum, kryddið eftir smekk og blandið öllu varlega saman.

9.Þistilhjörtu kóríander kokteill

HRÁEFNI:

- 4 Jerúsalem ætiþistlar
- 1 búnt ferskt kóríander, um 1 bolli
- 4 stórar radísur, með hala og snyrtar
- 3 meðalstórar gulrætur, snyrtar

LEIÐBEININGAR:

a) Vinndu Jerúsalem ætiþistlana, einn í einu, í gegnum rafræna safapressuna þína samkvæmt leiðbeiningum framleiðanda.
b) Rúllaðu kóríander í kúlu til að þjappa saman og bæta við.
c) Bætið radísum og gulrótum út í.
d) Blandið safanum vandlega saman og berið fram yfir ís að vild.

KOHLRABI

10.Kohlrabi Schnitzel

HRÁEFNI:

- 1 stór káli
- steikingarolíu
- ¼ bolli alhliða hveiti
- ½ bolli vatn
- ½ tsk paprikuduft
- ½ tsk salt

BRAUÐ

- ⅓ bolli brauðrasp
- ½ tsk salt
- ½ tsk paprikuduft
- 1 tsk mulin graskersfræ
- 1 tsk sesamfræ

LEIÐBEININGAR:

a) Þvoið kóhlrabi og fjarlægið öll blöð sem eftir eru. Kálrabí skal skera í 4-6 sneiðar.
b) Fjarlægðu ytra lagið með því að nota grænmetisskeljara.
c) Látið suðu koma upp í stórum potti og bætið kóhlrabisneiðunum út í. Leyfðu 10 mínútna eldunartíma. Í miðjunni ættu þau að byrja að verða hálfgagnsær. Tæmdu þá síðan, þurrkaðu þau með pappírsþurrku og láttu þau kólna.
d) Blandið brauðhráefnunum saman í sérstakri skál.
e) Klæðið kálsneiðarnar í brauðið þegar þær eru nógu kaldar til að höndla þær.
f) Hitið steikingarolíuna á stórri pönnu og bætið brauðaðri Kohlrabi Schnitzel út í.
g) Eldið í um það bil 5 mínútur á hverri hlið á miðlungsháum hita. Á báðum hliðum eiga þær að vera gylltar og stökkar.
h) Settu þau á pappírshandklæði til að draga í sig umfram olíu eftir steikingu og njóttu!

11.Kohlrabi Slaw

HRÁEFNI:

- 2 meðalstórir káli, skrældir og rifnir
- 1 stór gulrót, afhýdd og rifin
- 1/4 bolli majónesi
- 1 matskeið Dijon sinnep
- 1 matskeið eplaedik
- Salt og pipar eftir smekk

LEIÐBEININGAR:

a) Blandið saman rifnum káli og gulrót í stórri skál.

b) Í sérstakri skál, þeytið saman majónesi, Dijon sinnep og eplaedik.

c) Hellið dressingunni yfir grænmetið og blandið þar til það er vel húðað.

d) Kryddið með salti og pipar eftir smekk.

e) Kældu í ísskáp í að minnsta kosti 30 mínútur áður en það er borið fram.

12.Brennt kóhlrabi

HRÁEFNI:

- 4 meðalstórir kóhlrabi, skrældir og skornir í teninga
- 2 matskeiðar ólífuolía
- 1 tsk hvítlauksduft
- 1 tsk paprika
- Salt og pipar eftir smekk
- Fersk steinselja, söxuð (til skrauts)

LEIÐBEININGAR:

a) Forhitið ofninn í 400°F (200°C).
b) Kasta kóhlrabi teningum með ólífuolíu, hvítlauksdufti, papriku, salti og pipar.
c) Dreifið kóhlrabi á ofnplötu í einu lagi.
d) Steikið í 25-30 mínútur eða þar til brúnirnar eru orðnar gullinbrúnar.
e) Skreytið með saxaðri steinselju áður en borið er fram.

13.Kálrabí og kartöflugratín

HRÁEFNI:

- 2 kóhlrabi, skrældar og þunnar sneiðar
- 2 kartöflur, skrældar og þunnar sneiðar
- 1 bolli rifinn Gruyere ostur
- 1 bolli þungur rjómi
- 2 hvítlauksgeirar, saxaðir
- Salt og pipar eftir smekk

LEIÐBEININGAR:

a) Forhitið ofninn í 375°F (190°C).
b) Leggið kál og kartöflur í smurt eldfast mót.
c) Blandið saman þungum rjóma, söxuðum hvítlauk, salti og pipar í skál.
d) Hellið rjómablöndunni yfir grænmetið.
e) Toppið með rifnum Gruyere osti.
f) Bakið í 45-50 mínútur eða þar til toppurinn er gullinbrúnn og freyðandi.

14.Kálrabí og eplasúpa

HRÁEFNI:

- 3 kóhlrabi, afhýddir og skornir í teninga
- 2 epli, afhýdd, kjarnhreinsuð og skorin í teninga
- 1 laukur, saxaður
- 4 bollar grænmetissoð
- 1/2 bolli þungur rjómi
- Salt og pipar eftir smekk
- Graslaukur til skrauts

LEIÐBEININGAR:

a) Steikið laukinn í stórum potti þar til hann er hálfgagnsær.
b) Bætið við káli og eplum, steikið í 5 mínútur.
c) Hellið grænmetissoðinu út í, látið suðuna koma upp og látið malla þar til kóhlrabi er meyrt.
d) Notaðu blöndunartæki til að mauka súpuna þar til hún er mjúk.
e) Hrærið þungum rjóma út í og kryddið með salti og pipar.
f) Skreytið með söxuðum graslauk áður en hann er borinn fram.

15. Hrærið kóhlrabi og kjúklingabauna

HRÁEFNI:

- 2 kóhlrabi, afhýddir og saxaðir
- 1 dós kjúklingabaunir, skolaðar og skolaðar
- 1 rauð paprika, skorin í sneiðar
- 2 matskeiðar sojasósa
- 1 matskeið sesamolía
- 1 matskeið hrísgrjónaedik
- 1 tsk engifer, rifinn
- 2 hvítlauksgeirar, saxaðir
- Grænn laukur, sneiddur (til skrauts)

LEIÐBEININGAR:

a) Hitið sesamolíu í wok eða stórri pönnu.
b) Bætið við kálrabí, kjúklingabaunum og papriku. Hrærið í 5-7 mínútur þar til grænmetið er mjúkt-stökkt.
c) Blandið saman sojasósu, hrísgrjónaediki, engifer og hvítlauk í litla skál.
d) Hellið sósunni yfir grænmetið og hrærið þannig að það verði jafnt yfir.
e) Skreytið með sneiðum grænum lauk áður en hann er borinn fram.

JICAMA

16.Avókadó sushi skál

HRÁEFNI:

- 1½ bollar tilbúin hefðbundin Sushi hrísgrjón
- ¼ jicama, afhýtt og skorið í eldspýtustangir
- ½ jalapeño chili pipar, fræ fjarlægð og gróft saxuð
- Safi úr ½ lime
- 4 matskeiðar Sushi hrísgrjón dressing
- ¼ avókadó, afhýtt, fræhreinsað og skorið í þunnar sneiðar
- 2 ferskir kóríandergreinar, til skrauts

LEIÐBEININGAR:

a) Blandið jicama eldspýtustangunum, söxuðum jalapeño, lime safa og sushi hrísgrjónasósu saman í skál.
b) Látið bragðið blandast í að minnsta kosti 10 mínútur.
c) Hellið vökvanum af jicama blöndunni.
d) Bleytið fingurgómana áður en ¾ bolli af sushi hrísgrjónum er bætt í hverja skál.
e) Fletjið yfirborð hrísgrjónanna varlega út.
f) Settu ½ af marineruðu jicama ofan á hverja skál.
g) Skiptið avókadósneiðunum á milli skálanna 2, yfir hrísgrjónin.
h) Til að bera fram, toppið hverja skál með ferskum kóríanderkvisti og Ponzu sósu.

17.Grillað spam og kartöflusalat

HRÁEFNI:

- 1 dós Spam hádegismat kjöt
- 1 laukur; skorið í báta
- 3 Jalapeño paprikur; Hægelduðum
- 2 bollar Segmented jicama
- 2 bollar skrældar; Þurrkuð epli í sundur
- 2 bollar sundurskorinn kúrbít
- ½ bolli Olía
- 2 matskeiðar Chi-Chi's heitt salsa
- 1 matskeið edik
- ½ tsk malaður svartur pipar

LEIÐBEININGAR:

a) Eldið Spam, lauk og jalapeño papriku í 7 til 10 mínútur eða þar til þær eru brúnar á pönnu við meðalháan hita .

b) Blandið jicama, epli og kúrbít saman í fat . Hrærið saman olíu, salsa, ediki og pipar í lítið fat . spurt dressing yfir jicama blöndu; blandaðu til að blanda .

c) Til að bera fram skaltu setja grænmetisblöndu í kringum heita ruslpóstblöndu.

18.Steiktar sjávarrétta vorrúllur

HRÁEFNI:

FYLLING:

- 8 aura þunnt hrísgrjónavermicelli (bolla)
- 6 Kínverskir þurrkaðir sveppir
- 1 msk Þurrkaðir trjáeyrnasveppir
- 6 Vatnskastaníur eða ½ lítill jicama, skrældar og saxaðar
- 4 aura Ferskt eða niðursoðið krabbakjöt, tekið yfir og tæmt
- 8 aura Hráar rækjur, afhýddar, afvegaðar og hakkaðar
- 12 aura Grísaöxl
- 1 meðalstór laukur, saxaður
- 4 skalottlaukur, saxaður
- 4 hvítlauksrif, söxuð
- 2 matskeiðar Nuoc mam (víetnamsk fiskisósa)
- 1 tsk Nýmalaður svartur pipar
- 3 egg

SAMSETNING OG STEIKING:

- ½ bolli Sykur
- 80 litlar umferðir af hrísgrjónapappír, hver um sig 6 ½ tommur í þvermál
- Hnetuolía, til steikingar
- Nuoc Cham
- Grænmetisdiskur

LEIÐBEININGAR:

a) Byrjið á því að sjóða núðlurnar þar til þær eru soðnar.

b) Undirbúið líka Nuoc Cham og grænmetisfatið. Leggðu þær til hliðar.

UNDIRBÚÐU FYLLINGuna:

c) Leggið þessar tvær tegundir af sveppum í bleyti í heitu vatni þar til þeir verða mjúkir, um það bil 30 mínútur. Tæmdu þá og fjarlægðu stilkana. Kreistu sveppina til að draga út umfram vökva og saxaðu þá.

d) Í stórri skál, blandaðu hakkaðri sveppum saman við öll önnur fyllingarefni .

e) Notaðu hendurnar til að blanda öllu vandlega saman. Setjið fyllingarblönduna til hliðar.

SAMLAÐU RÚLLUNUM:

f) Fylltu blöndunarskál með 4 bollum af volgu vatni og leystu sykurinn upp í henni. Þetta sæta vatn mun hjálpa til við að mýkja hrísgrjónapappírinn og gefa honum djúpan gylltan lit þegar hann er steiktur.

g) Vinnið með aðeins 4 blöð af hrísgrjónapappír í einu, látið afganginn vera þakinn varla rökum klút til að koma í veg fyrir að þær fari að krullast. Settu eitt blað í heita vatnið og fjarlægðu það fljótt og dreifðu því flatt á þurrt handklæði. Gakktu úr skugga um að blöðin snerti ekki hvert annað, þar sem þau verða sveigjanleg innan nokkurra sekúndna.

h) Brjótið upp neðsta þriðjung hverrar hrísgrjónapappírshring. Setjið 1 rausnarlega teskeið af fyllingu í miðjuna á brotnu hlutanum og þrýstið því í þéttan rétthyrning. Brjótið aðra hliðina á pappírnum yfir blönduna, síðan hina hliðina. Rúllaðu frá botni til topps til að umlykja fyllinguna alveg. Endurtaktu þetta ferli þar til öll fyllingarblandan er notuð.

STEIKIÐ RÚLLURNAR:

i) Ef mögulegt er, notaðu 2 pönnur til að steikja. Hellið 1 til 1½ tommu af hnetuolíu í hverja pönnu og hitið hana í 325°F (163°C).

j) Bætið nokkrum af rúllunum í lotur á hverja pönnu og tryggið að þær þrengist ekki eða snerti hvor aðra til að koma í veg fyrir að þær festist. Steikið við meðalhita í 10 til 12 mínútur, snúið þeim oft þar til þeir verða gylltir og stökkir.

k) Notaðu töng, fjarlægðu steiktu rúllurnar og láttu þær renna af á pappírshandklæði. Haltu þeim heitum í lágum ofni á meðan þú steikir rúllurnar sem eftir eru.

l) Hefð er fyrir því að Cha Gio er borinn fram með tillögum meðlæti: salatlaufum, núðlum og ýmsum hráefnum úr grænmetisfatinu, allt pakkað saman og dýft í Nuoc Cham.

m) Fyrir annan framreiðslumöguleika skaltu skipta núðlunum og grænmetisdiskinum jafnt á milli einstakra skála. Toppið hvern með niðurskornum bitum af Cha Gio, jörðu ristuðum hnetum og Nuoc Cham.

n) Sem fljótlegur og auðveldur forréttur er hægt að bera fram Cha Gio með Nuoc Cham.

19.Svart lychee te reyktur humar

HRÁEFNI:

- 2 Maine humar
- 2 bollar hvít hrísgrjón
- 2 bollar púðursykur
- 2 bollar Svart lychee te
- 2 Þroskað mangó
- ½ bolli Jicama kylfur
- ½ bolli Myntu chiffonade
- ½ bolli Basil chiffonade
- 1 bolli Mung baunaþræðir , hvítir
- Krabbafisksósa
- 8 Blöð af hrísgrjónapappír

LEIÐBEININGAR:

a) Forhitið djúpa hótelpönnu þar til hún er mjög heit.

b) Bætið hrísgrjónum, sykri og tei á djúpu pönnuna og setjið humarinn strax í grunnu götuðu pönnuna ofan á.

c) Lokaðu fljótt með álpappír. Þegar reykurinn byrjar að reykja skaltu reykja humar í 10 mínútur við vægan hita eða þar til hann er eldaður í gegn. Kældu humarinn sneið síðan hala í langa strimla.

d) Blandið saman jicama, myntu, basilíku og baunaþræði og blandið saman við fiskisósu.

e) Leggið hrísgrjónapappír í volgu vatni og setjið hluta af blöndunum á mjúka pappírinn. Innlegg reykta humarstrimla og mangósneiðar.

f) Rúllaðu og láttu standa í 10 mínútur. Vefjið rúllur hver fyrir sig þétt með plastfilmu til að tryggja að rakinn haldist í þeim.

20.Túnfiskur Carpaccio Jicama ceviche

HRÁEFNI:

- 1 pund sushi-gráða túnfiskur
- 1 rauðlaukur; fínt skorið í teninga
- ¼ bolli ferskur maís; fínt skorið í teninga
- 1 bolli Jicama; fínt skorið í teninga
- 1 sítróna; djúsað
- 1 lime; djúsað
- 1 appelsína; djúsað
- 1 búnt graslaukur
- ½ bolli Wasabi duft
- 1 bolli Vatn

LEIÐBEININGAR:

a) Skerið túnfisk í 6 jafna hluta, penslið olíu á vaxpappír og leggið pappírinn á milli hvers túnfisks. Pundið í æskilega stærð með kjöthníf og kælið síðan í ísskáp.

b) Í meðalstórri skál, bætið öllu grænmetinu saman við og öllum safanum úr sítrónu, lime og appelsínu. Látið þetta allt malla í 10 mínútur. Tæmdu vökva. Kældu plötur.

c) Fjarlægðu Carpaccio úr ísskápnum og afhýddu efsta lagið af vaxpappírnum og flettu túnfisknum á diskinn og skeiðaðu síðan ceviche jafnt á milli allra diska.

d) Blandaðu saman wasabi og vatni og settu það í sprautuflösku. Dreypið ofan á.

21.Bakaðar Jicama franskar með lime-cilantro ídýfu

HRÁEFNI:

FYRIR JICAMA frönskurnar

- 1 stór jicama
- 1 matskeið ólífuolía
- ½ tsk chili duft
- ¼ tsk kúmen
- ¼ tsk hvítlauksduft
- Salt og pipar eftir smekk

FYRIR LIME-CILANTRO DYFIÐ:

- ½ bolli grísk jógúrt
- 1 matskeið lime safi
- 1 matskeið saxað ferskt kóríander
- Salt eftir smekk

LEIÐBEININGAR:

a) Forhitið ofninn í 425°F (220°C) og klæddu bökunarplötu með bökunarpappír.
b) Afhýðið jicama og skerið í steikilega strimla.
c) Í skál skaltu kasta jicama frönskunum með ólífuolíu, chilidufti, kúmeni, hvítlauksdufti, salti og pipar þar til þau eru vel húðuð.
d) Raðið jicama frönskunum í einu lagi á bökunarplötuna.
e) Bakið í 25-30 mínútur, snúið við hálfa leið, þar til kartöflurnar eru mjúkar og stökkar.
f) Á meðan, undirbúið lime-cilantro ídýfuna með því að blanda saman grískri jógúrt, lime safa, hakkaðri kóríander og salti í skál.
g) Hrærið þar til það hefur blandast vel saman.
h) Takið jicama kartöflurnar úr ofninum og berið fram heitar með lime-cilantro ídýfuna.

22.Sætur maís, jicama salat með tequila

HRÁEFNI:

- 6 korneyru
- 2 Jicama
- 1 rauð paprika, smátt skorin
- 1 gul paprika, smátt skorin
- 3 Baby spínat
- 2 matskeiðar furuhnetur

KLÆÐINGAR:

- Safi úr 3 lime
- 2 matskeiðar Tequila
- 1 tsk hvítvínsedik
- ½ bolli Ólífuolía
- 1 klípa kúmen
- 1 klípa Cayenne

LEIÐBEININGAR:

a) Sjóðið maís í söltu vatni þar til það er mjúkt. Fjarlægðu maís úr kolunum.
b) Afhýðið og Julienne jicama. Skerið rauða og gula papriku í teninga.
c) Setjið allt hráefni fyrir dressinguna í meðalstóran sósupott nema olíu og látið suðuna koma upp.
d) Fleytið olíuna hægt í botninn og geymið.
e) Kasta spínati, jicama og maís saman og klæða.
f) Skiptið jafnt á milli sex diska og skreytið með papriku og pinon.

23.Basil jicama ávaxtasalat

HRÁEFNI:

- 1 bolli vínber, rauð, frælaus
- 1 bolli vínber, græn, frælaus
- 1 bolli cantaloupe, hunangsdögg eða mangó, í teningum
- 1 bolli ananasbitar, ferskir
- 1 Appelsína, afhýdd, skorin í sneiðar og skorin í fjórða
- 1 nektarína, í teningum
- ½ bolli jarðarber helminguð
- ½ bolli Jicama, afhýdd, skorið í eldspýtustykki
- ¼ bolli appelsínusafi
- 1 msk basil, fersk, saxuð EÐA
- 1 tsk basil, þurrkuð, mulin
- Basil lindir, valfrjálst

LEIÐBEININGAR:

a) Í meðalstórri skál, blandið öllum hráefnum nema basilíkukvistum saman og blandið varlega saman.

b) Til að bera fram, skreytið með kvist af basil.

25.Sellerí og eplasúpa með muldum valhnetum

HRÁEFNI:

- 1 laukur, afhýddur og saxaður gróft
- 1 sellerí (600–800 g), afhýdd og skorin í teninga
- 2 Cox's epli, afhýdd, kjarnhreinsuð og grófsöxuð
- 2 matskeiðar ólífuolía
- 1 msk timjanblöð
- 1 lítri grænmetiskraftur
- Sjávarsalt og nýmalaður svartur eða hvítur pipar
- Að þjóna
- Stór handfylli af valhnetum, gróft saxaðar
- Extra virgin ólífuolía, til að drekka

LEIÐBEININGAR:

a) Undirbúið laukinn, selleríið og eplin eins og upptalið er.
b) Setjið stóran pott yfir meðalhita og bætið ólífuolíu út í. Þegar hann er heitur, bætið lauknum við með klípu af salti og eldið í 4–5 mínútur, eða þar til hann er mjúkur en ekki litaður.
c) Bætið selleríinu, eplum og timjanlaufum út í og eldið í 5 mínútur.
d) Hellið grænmetiskraftinum út í og látið suðuna koma upp. Haltu áfram að malla í 5 mínútur í viðbót, eða þar til selleríið er mjúkt.
e) Takið pönnuna af hellunni og notið stavblanda til að blanda vel saman. Kryddið með salti og pipar, smakkið til og bætið meira kryddi við eftir þörfum.
f) Hellið í volgar skálar, stráið söxuðum valhnetum yfir og dreypið smá extra virgin ólífuolíu yfir áður en borið er fram.

26.Svínasnitsel með selleríremúlaði

HRÁEFNI:

- 2 x 220g beinlausar svínakótilettur
- 50 g venjulegt hveiti
- 1 egg
- 80 g ferskt brauðrasp
- 1 tsk þurrkað dill
- 1 tsk paprika
- Jurtaolía, til steikingar
- Sjávarsalt og nýmalaður svartur pipar
- Fyrir remúlaði
- 200 g sellerí, afhýdd og söxuð
- 2 matskeiðar majónesi
- 1 tsk heilkorns sinnep
- 2 matskeiðar sýrður rjómi
- 1 matskeið fínt söxuð flatblaða steinselja
- Kreista af sítrónusafa

AÐ ÞJÓNA

- 2 litlar handfyllir af karsa
- Sítrónubátar (valfrjálst)

LEIÐBEININGAR:

a) Notaðu beittan hníf til að snyrta fituna af hverri kótilettu. Leggðu þau á milli tveggja matarfilmu og notaðu hammer eða kökukefli til að fletja þau út í 5 mm þykkt.

b) Setjið hveitið í grunna skál, kryddið með salti og pipar og blandið vel saman. Þeytið eggið létt í annarri grunnri skál. Setjið brauðmylsnuna í þriðju grunna skálina og blandið dilliinu og paprikunni saman við. Kryddið báðar hliðar kótelettanna, hjúpið síðan hverja þeirra fyrst með hveiti, síðan í egginu og að lokum með brauðraspinu.

c) Fyrir remúlaði, setjið sellerí, majónes, sinnep, sýrðan rjóma og steinselju í stóra skál og blandið vel saman. Bætið smá sítrónusafa út í og kryddið eftir smekk. Setja til hliðar.

d) Hitið 1 cm dýpt af jurtaolíu á pönnu. Þegar það er heitt skaltu bæta snitselnum varlega út í og steikja í 2–3 mínútur á hvorri hlið. Tæmið á eldhúspappír.

e) Berið snitselinn fram með rausnarlegri skeið af remúlaði, handfylli af karsa og sítrónubát (ef hann er notaður) til hliðar.

27.Hvítlauksrisotto með Quail

HRÁEFNI:

- Sellerí 1/2 lítill, skorinn í 1 cm bita
- ólífuolía
- hvítlaukur 1 laukur, negull afhýddur
- rósmarín 1 grein
- skalottlaukur 1, smátt skorinn
- blaðlaukur 1, smátt skorinn
- timjanblöð 1 tsk
- smjör 100g
- risotto hrísgrjón 400 g
- grænmetisolía
- kjúklingakraftur 1,5 lítrar
- P ecorino ostur 80g, fínt rifinn
- flatblaða steinselja lítil handfylli, söxuð
- quail 4, hreinsaður og spatchcocked

LEIÐBEININGAR:

a) Hitið ofninn í 180C/blástur 160C/gas 4. Setjið snefilselleríið á bökunarplötu. Kryddið og dreypið smá jurtaolíu yfir. Steikið í 15 mínútur, eða þar til mjúkt og brúnt.

b) Á meðan skaltu setja hvítlauk, rósmarín og 100 ml af ólífuolíu á litla pönnu (svo að hvítlaukurinn fari á kaf, bætið við meiri olíu ef þarf) og hitið varlega í 10 mínútur, eða þar til hvítlaukurinn er mjúkur og létt gullinn.

c) Fjarlægðu og kældu olíuna. Þú getur notað afganginn af hvítlauksolíu til að elda, en geymdu hana í kæli og notaðu innan viku.

d) Steikið skalottlaukur, blaðlauk og timjan með 50 g af smjöri og 50 ml ólífuolíu. Tímabil. Þegar grænmetið er orðið mjúkt bætið við hrísgrjónunum og hrærið þar til öll kornin eru húðuð.

e) Hitið varlega í 1 mínútu til að sprunga hrísgrjónin (þetta gerir það að verkum að það frásogast auðveldara).

f) Bætið 500 ml af soði út í risottoið og hrærið þar til allt er frásogast. Endurtaktu 2 sinnum í viðbót. Þetta ætti að taka um 20 mínútur. Bættu við meira soði ef þú þarft, til að fá rjómalögun.

g) Takið af hitanum þegar hrísgrjónin eru mjúk, bætið selleríinu, restinni af smjörinu, ostinum og steinseljunni út í og kryddið. Lokið með loki og látið hvíla.

h) Snúðu ofninn í 200C/blástur 180C/gas 6. Hitið pönnu á miðlungshita. Smyrjið og kryddið vaktina og setjið fuglana með húðhliðinni niður á pönnu í 4 mínútur þar til þær eru gullnar og kulnaðar.

i) Snúið við og eldið í 2 mínútur til viðbótar. Færið yfir á bökunarplötu og steikið í 10-15 mínútur þar til það er eldað í gegn og safinn rennur út. Hvíldu í 2 mínútur undir filmu. Skiptið risottonum á milli heitra diska.

j) Saxið vaktlina í tvennt meðfram bakinu og setjið risotto á. Notaðu bakið á hníf, myljið confitan hvítlaukinn og dreifið honum yfir.

28.Kræklingasúpa með saffran

HRÁEFNI:

- 750 g (1lb 10oz) lítill kræklingur, hreinsaður
- 4 msk þurrt hvítvín
- 50 g (2oz) smjör
- 225 g (8oz) afhýdd sellerí, saxað
- 125 g (4½oz) blaðlaukur, skorinn í sneiðar
- 1 lítill hvítlauksgeiri, saxaður
- um 750ml fiskistofn
- góð klípa af saffran þráðum
- 175 g (6oz) vínviðarþroskaðir tómatar
- 4 msk crème fraîche

LEIÐBEININGAR:

a) Setjið kræklinginn og 2 matskeiðar af víninu á meðalstóra pönnu. Setjið yfir háan hita og eldið í 2–3 mínútur eða þar til kræklingurinn hefur nýlega opnast.

b) Bræðið smjörið á hreinni pönnu, bætið selleríinu, blaðlauknum, hvítlauknum og afganginum af víninu út í. Lokið og eldið varlega í 5 mínútur.

c) Setjið allt nema síðustu matskeiðin eða tvær af kræklingavatninu í stóra mælikönnu og fyllið upp í 900 ml með fiskikraftinum. Bætið á pönnuna með grænmeti ásamt saffraninu og tómötunum, setjið lok á og látið malla varlega í 30 mínútur.

d) Látið súpuna kólna aðeins, blandið síðan þar til hún er slétt. Farðu fyrst í gegnum sigti, farðu síðan aftur í gegnum chinois á hreina pönnu, láttu suðuna koma upp aftur. Hrærið crème fraîche og smá kryddi saman við eftir smekk.

e) Takið pönnuna af hellunni og hrærið kræklingnum saman við til að hitna hann í stutta stund, en leyfið þeim ekki að elda meira en þeir hafa þegar.

LÓTUS RÓT

29.Lotus rótar- og sveppasúpa

HRÁEFNI:

- 340 g lótusrót, hreinsuð og skorin í bita
- 40 g sjávarmosi
- 8 stykki kínverskir sveppir
- 8 stykki þurrkuð ostrur
- 2 lítrar af glæru kjúklingakrafti

LEIÐBEININGAR:

a) Leggið sveppinn í bleyti og skerið stilkinn hreinan.
b) Leggið í bleyti og hreinsið þurrkaðar ostrur og sjávarmosa.
c) Bætið öllu hráefninu í pottinn og látið suðuna koma upp.
d) Lækkið hitann og eldið í 2 klst.
e) Kryddið með salti.

30.Lotus rót og mandarínusafi

HRÁEFNI:

- 1 gulrót
- 1 hluti af lótusrót
- 1 tommu engifer
- 4 mandarínur

LEIÐBEININGAR:

a) Afhýðið lótusrót, skrúbbið gulrótina og takið börkinn af mandarínu og engiferrót.

b) Safa úr hráefninu og bera fram strax!

31.Hrærð lótusrót með sesamfræjum

HRÁEFNI:

- 1 lótusrót, afhýdd og skorin í þunnar sneiðar
- 2 matskeiðar sesamolía
- 1 matskeið sojasósa
- 1 matskeið hunang
- 1 tsk sesamfræ
- Grænn laukur, saxaður (til skrauts)

LEIÐBEININGAR:

a) Hitið sesamolíu í wok eða pönnu.
b) Bætið við lótusrótarsneiðum og hrærið þar til þær eru aðeins mjúkar.
c) Blandið sojasósu og hunangi saman í lítilli skál og hellið síðan yfir lótusrótina.
d) Haltu áfram að hræra þar til lótusrótin er húðuð og karamelluð.
e) Stráið sesamfræjum yfir og skreytið með söxuðum grænum lauk áður en það er borið fram.

32.Lotus rót Chips

HRÁEFNI:

- 1 lótusrót, afhýdd og skorin í þunnar sneiðar
- 2 matskeiðar ólífuolía
- Salt og pipar eftir smekk
- Paprika fyrir auka bragð (valfrjálst)

LEIÐBEININGAR:

a) Forhitið ofninn í 375°F (190°C).
b) Kasta lótusrótarsneiðum með ólífuolíu, salti, pipar og papriku.
c) Dreifið sneiðunum í einu lagi á bökunarplötu.
d) Bakið í 15-20 mínútur eða þar til flögurnar eru orðnar gullinbrúnar og stökkar.
e) Látið kólna áður en það er borið fram.

33.Lotus rót og svínakjöt hrærið

HRÁEFNI:

- 1 lótusrót, afhýdd og skorin í þunnar sneiðar
- 1/2 pund svínalundir, þunnar sneiðar
- 2 matskeiðar sojasósa
- 1 msk ostrusósa
- 1 msk engifer, hakkað
- 2 hvítlauksgeirar, saxaðir
- 1 matskeið jurtaolía

LEIÐBEININGAR:

a) Hitið jurtaolíu í wok eða pönnu.

b) Hrærið svínakjötssneiðarnar þar til þær eru brúnar, bætið síðan engifer og hvítlauk út í.

c) Bætið við lótusrótarsneiðum og haltu áfram að hræra þar til lótusrótin er mjúk.

d) Blandið sojasósu og ostrusósu saman við og tryggið að allt sé vel húðað.

e) Berið fram heitt yfir hrísgrjónum.

34. Lotus rót og rækju salat

HRÁEFNI:

- 1 lótusrót, afhýdd og rifin
- 1/2 pund rækjur, soðnar og flysjaðar
- 1 agúrka, þunnar sneiðar
- 2 matskeiðar hrísgrjónaedik
- 1 matskeið sojasósa
- 1 tsk sykur
- 1 tsk sesamolía
- Sesamfræ til skrauts

LEIÐBEININGAR:

a) Blasaðu lótusrótina í sjóðandi vatni í 2-3 mínútur, kældu síðan í ísvatni.
b) Blandaðu saman lótusrót, soðnum rækjum og agúrkusneiðum í skál.
c) Í lítilli skál, þeytið saman hrísgrjónaedik, sojasósu, sykur og sesamolíu.
d) Hellið dressingunni yfir salatið og blandið saman.
e) Skreytið með sesamfræjum áður en borið er fram.

35.Lótusrótar- og kjúklingasúpa

HRÁEFNI:

- 1 lótusrót, afhýdd og skorin í sneiðar
- 1/2 pund kjúklingabringur, skornar í sneiðar
- 4 bollar kjúklingasoð
- 1 bolli shiitake sveppir, skornir í sneiðar
- 1 msk engifer, rifinn
- Salt og pipar eftir smekk
- Ferskt kóríander til skrauts

LEIÐBEININGAR:

a) Látið kjúklingasoð sjóða í potti.
b) Bætið við lótusrótarsneiðum, kjúklingi, shiitake sveppum og rifnum engifer.
c) Látið malla þar til lótusrótin er mjúk og kjúklingurinn eldaður.
d) Kryddið með salti og pipar eftir smekk.
e) Skreytið með fersku kóríander áður en það er borið fram.

RÓFA

36.BBQ kökur

Hráefni:

- 4 frystar bökuskeljar; þiðnað
- 1¼ pund Pulled Pork
- 4 miðlungs s Kartöflur; hægelduðum
- 1 stór laukur; hægelduðum
- ¼ bolli Rutabaga; hægelduðum
- 1 gulrót skorin í teninga
- ½ matskeið salvía
- ½ matskeið timjan
- Salt og pipar

LEIÐBEININGAR:

a) Blandið öllu hráefninu saman og setjið ¼ í hverja bökuskel. skarast deigið yfir fyllinguna til að búa til brota -mánlaga bökur.
b) Lokaðu brúnunum og skerðu nokkrar litlar raufar ofan á.
c) Grillið í 15 mínútur.

37.Rutabaga Kartöfluplokkfiskur

HRÁEFNI:

- 1 pund magurt nautahakk
- 1 laukur, saxaður
- 4 stilkar sellerí, saxaðir
- 3/4 bolli tómatsósa
- 7 bollar vatn
- 1/2 bolli barnagulrætur
- 1 lítil rútabaga, saxuð
- 4 stórar kartöflur, saxaðar
- 1 lítið höfuðkál, smátt saxað

LEIÐBEININGAR:

a) Hrærið í potti og eldið sellerí, lauk og hamborgara á meðalhita þar til kjötið er brúnt. Tæmdu auka fitu.
b) Blandið saman kartöflum, rutabaga, barnagulrótum, vatni og tómatsósu. Sjóðið.
c) Látið malla í 20 mínútur við lágan hita.
d) Hrærið söxuðu káli saman við. Látið malla þar til grænmetið er mjúkt í 30-45 mínútur.

38.Rótargrænmeti Nautakjöt

HRÁEFNI:

- 1 pund magurt nautahakk (90% magurt)
- 1 meðalstór laukur, saxaður
- 2 dósir (14-1/2 únsur hver) nautasoð með minni natríum
- 1 miðlungs sæt kartöflu, skrældar og skornar í teninga
- 1 bolli gulrætur í teningum
- 1 bolli skrældar rútabaga í teningum
- 1 bolli skrældar parsnips í teningum
- 1 bolli skrældar kartöflur í teningum
- 2 matskeiðar tómatmauk
- 1 tsk Worcestershire sósa
- 1/2 tsk þurrkað timjan
- 1/4 tsk salt
- 1/4 tsk pipar
- 1 matskeið maíssterkju
- 2 matskeiðar vatn

LEIÐBEININGAR:

a) Í stórum katli eða hollenska ofninum, eldið lauk og nautakjöt við miðlungshita þar til ekkert bleikt eftir; tæmdu síðan.

b) Bætið við pipar, salti, timjan, Worcestershire sósu, tómatmauki, grænmeti og seyði. Látið sjóða. Lægri hiti; látið malla á meðan það er þakið í 30-40 mínútur, þar til grænmetið er mjúkt.

c) Blandaðu vatni og maíssterkju saman í pínulitla skál þar til það er slétt; blandið út í soðið. Látið suðuna koma upp; eldið og blandið í 2 mínútur, þar til það er þykkt.

39.Kalkúnapylsa með rótargrænmeti

HRÁEFNI:

- 1 pakki (14 aura) reyktur kalkúnn kielbasa, skorinn í 1/2 tommu bita
- 1 meðalstór laukur, saxaður
- 1 bolli skrældar rútabaga í teningum
- 1 bolli sneiðar gulrætur
- 1 tsk canola olía
- 4 bollar skrældar kartöflur í teningum
- 1 dós (14-3/4 aura) natríumsnautt kjúklingasoð
- 1 tsk þurrkað timjan
- 1/4 teskeið nudduð salvía
- 1/4 tsk pipar
- 1 lárviðarlauf
- 1/2 meðalstórt höfuðkál, skorið í 6 báta
- 1 tsk alhliða hveiti
- 1 matskeið vatn
- 1 matskeið söxuð fersk steinselja
- 2 tsk eplasafi edik

LEIÐBEININGAR:

a) Eldið gulrætur, rutabaga, lauk og pylsur í hollenskum ofni með olíu þar til laukurinn er mjúkur, eða um það bil 5 mín. Setjið lárviðarlauf, pipar, salvíu, timjan, seyði og kartöflur út í. Sjóðið. Toppið með kálbátunum. Lækkið hitann og látið malla, undir loki, þar til hvítkál og kartöflur eru mjúkar, eða um 20 til 25 mínútur.

b) Flyttu hvítkál varlega í grunna skál; haltu síðan hita. Fjarlægðu lárviðarlaufið. Blandið vatni og hveiti þar til þau verða orðin

c) sléttur; hrærið út í pylsublönduna. Sjóðið og eldið á meðan hrært er þar til það þykknar, eða um það bil 2 mín. Hrærið ediki og steinselju saman við. Bætið ofan á kálið með skeið.

40.Rík ungversk gúllasúpa

HRÁEFNI:

- 1-1/4 pund nautakjöt, skorið í 1 tommu teninga
- 2 matskeiðar ólífuolía, skipt
- 4 meðalstórir laukar, saxaðir
- 6 hvítlauksrif, söxuð
- 2 tsk paprika
- 1/2 tsk kúmenfræ, mulin
- 1/2 tsk pipar
- 1/4 tsk cayenne pipar
- 1 tsk saltlaus kryddblanda
- 2 dósir (14-1/2 únsur hver) nautasoð með minni natríum
- 2 bollar skrældar kartöflur í teningum
- 2 bollar sneiðar gulrætur
- 2 bollar skrældar rútabagas í teningum
- 2 dósir (28 aura hvor) sneiddir tómatar, ótæmdir
- 1 stór sæt rauð paprika, saxuð
- 1 bolli (8 aura) fitulaus sýrður rjómi

LEIÐBEININGAR:

a) Brúnið nautakjöt í hollenskum ofni í 1 msk olíu við meðalhita. Taktu nautakjötið út; látið renna af dropum.

b) Næst skaltu hita olíuna sem eftir er á sömu pönnu; steikið hvítlauk og lauk við meðalhita þar til hann er ljósbrúnt, 8-10 mínútur. Bætið við kryddblöndunni, cayenne, pipar, kúmeni og papriku; eldið og hrærið í eina mínútu.

c) Setjið nautakjötið aftur á pönnuna. Bæta við rutabagas, gulrótum, kartöflum og seyði; látið suðuna koma upp. Næst skaltu lækka hitann; lokið og soðið í 1 1/2

d) klukkustundir, eða þar til kjötið er næstum meyrt og grænmetið meyrt.

e) Settu í rauða papriku og tómata; aftur að suðu. Dragðu síðan úr hitanum; hylja og soðið í 30-40 mínútur í viðbót, eða þar til kjötið og grænmetið er mjúkt. Njóttu með sýrðum rjóma.

41.Bókhveiti bakað með rótargrænmeti

HRÁEFNI:

- Matreiðslusprey með ólífuolíu
- 2 stórar kartöflur, skornar í teninga
- 2 gulrætur, sneiddar
- 1 lítil rútabaga, í teningum
- 2 sellerístilkar, saxaðir
- ½ tsk reykt paprika
- ¼ bolli auk 1 matskeið ólífuolía, skipt
- 2 rósmarín greinar
- 1 bolli bókhveiti
- 2 bollar grænmetissoð
- 2 hvítlauksrif, söxuð
- ½ gulur laukur, saxaður
- 1 tsk salt

LEIÐBEININGAR:

a) Forhitaðu loftsteikingarvélina í 380°F. Húðaðu létt að innan á 5 bolla eldunarformi með ólífuolíu matreiðsluúða. (Lögun brauðformsins fer eftir stærð loftsteikingarvélarinnar, en hann þarf að geta geymt að minnsta kosti 5 bolla.)

b) Í stórri skál skaltu kasta kartöflum, gulrótum, rutabaga og sellerí með paprikunni og ¼ bolli af ólífuolíu.

c) Hellið grænmetisblöndunni í tilbúið eldfast mót og toppið með rósmaríngreinunum. Setjið eldfast mótið í loftsteikingarvélina og bakið í 15 mínútur.

d) Á meðan grænmetið er að eldast skaltu skola og tæma bókhveiti.

e) Í meðalstórum potti yfir miðlungs-háum hita, blandaðu saman grjónunum, grænmetiskraftinum, hvítlauknum, lauknum og salti með 1 matskeið af ólífuolíu sem eftir er. Látið suðuna koma upp, lækkið hitann í lágan, lokið á og eldið í 10 til 12 mínútur.

f) Taktu eldfast mót úr loftsteikingarvélinni. Fjarlægðu rósmaríngreinarnar og fargið. Hellið soðnu bókhveitinu í fatið ásamt grænmetinu og hrærið saman. Hyljið með álpappír og bakið í 15 mínútur til viðbótar.

g) Hrærið áður en borið er fram.

42.Sjóbirtingur með ristuðu rótargrænmeti

HRÁEFNI:

- 1 gulrót, smátt skorin
- 1 parsnip, smátt skorinn
- 1 rútabaga, smátt skorin
- ¼ bolli ólífuolía
- 2 tsk salt, skipt
- 4 sjóbirtingsflök
- ½ tsk laukduft
- 2 hvítlauksrif, söxuð
- 1 sítróna, sneið, auk báta til viðbótar til framreiðslu

LEIÐBEININGAR:

a) Forhitaðu loftsteikingarvélina í 380°F.
b) Í lítilli skál, kastaðu gulrót, pastinip og rutabaga með ólífuolíu og 1 teskeið salti.
c) Kryddið sjóbirtinginn létt með 1 tsk af salti og laukduftinu sem eftir er og setjið það síðan í loftsteikingarkörfuna í einu lagi.
d) Dreifið hvítlauknum ofan á hvert flak og hyljið síðan með sítrónusneiðum.
e) Hellið tilbúnu grænmetinu í körfuna utan um og ofan á fiskinn. Steikið í 15 mínútur.
f) Berið fram með viðbótar sítrónubátum ef vill.

43.Kjötætur nautapottréttur með rótargrænmeti

HRÁEFNI:

- 2 pund nautakjöt
- 1/3 bolli alhliða hveiti
- Klípið fínt sjávarsalt
- 3 matskeiðar dýrafita
- 3 bollar nautakraftur skipt
- 6 franskir skalottlaukar skrældir og helmingaðir
- 2 litlir laukar skrældir, skornir í 8
- 2 hvítlauksgeirar saxaðir
- 1 lb rutabaga afhýdd og skorin í 1 tommu teninga
- 3 meðalstórar gulrætur skrældar og skornar í mynt
- 1 tsk Dijon sinnep

LEIÐBEININGAR:

a) Forhitið ofninn í 275°F.

b) Hrærið 1 tsk af fínu sjávarsalti saman við hveitið. Stráið 4 matskeiðum af krydduðu hveiti yfir nautakjötið og blandið nautakjötinu vel út í hveitið.

c) Bræðið 1 msk dýrafitu yfir meðalhita í stórum hollenskum ofni.

d) Bætið nautakjöti út í og brúnið kjötið yfir allt, snúið hverjum bita með töng. Setja til hliðar.

e) Hellið um 1/2 bolla af nautakrafti á pönnuna til að deglaze; Skafið botninn til að ná upp öllum brúnuðu bitunum. Hellið þessari sósu yfir brúnaða nautakjötið.

f) Flytið yfir í skál.

g) Við meðalhita bræðið matskeið af dýrafitu í pottinum. Hrærið skalottlauknum og lauknum út í.

h) Steikið í 2 mínútur og bætið svo hvítlauknum út í; bætið við rutabaga, gulrótum líka. Steikið í 3-4 mínútur þar til grænmetið hefur mýkst í kringum brúnirnar.

i) Stráið afganginum af krydduðu hveiti yfir grænmetið (um 2 matskeiðar) og hrærið vel til að hjúpa.

j) Eldið í um það bil eina mínútu og hellið síðan afganginum af nautakraftinum út í.

k) Setjið nautakjötið og allan safa aftur í pottinn. Bætið Dijon við. Hrærið vel saman. Lokið pottinum með þéttu loki og setjið inn í ofn.

l) Steikið soðið rólega í 3 klst. Takið lokið af og eldið í klukkutíma til viðbótar. Leyfið soðinu að kólna í um 15 mínútur áður en það er borið fram.

m) Berið fram með kartöflumús.

44.Tapíókasúpa og haustgrænmeti

HRÁEFNI:

- 3 bollar grænmetissoð
- 1 grein rósmarín
- 4 blöð salvía
- 1 appelsína, safi og rifinn börkur
- 1 lítil rútabaga, skorin í julienne
- 3 gulrætur, sneiddar
- 1 sæt kartöflu, afhýdd, skorin langsum og skorin í sneiðar
- 10 radísur, skornar í fjórða
- 2 bollar (500 ml) sojamjólk
- 1 tsk (5 ml) karrýduft
- 1 tsk malað engifer
- 1/2 tsk malað túrmerik
- 1/4 bolli stórar tapíókaperlur
- 1/2 rauðlaukur, smátt saxaður
- 1 matskeið söxuð flatblaða steinselja
- 1 matskeið graskersfræ

LEIÐBEININGAR:

a) Hitið grænmetissoðið með rósmarín, salvíu og appelsínusafa.

b) Látið suðuna koma upp og bætið við rutabaga, gulrótum, sætum kartöflum og radísum. Eldið í um það bil 15 mínútur. Setja til hliðar.

c) Hitið sojamjólkina í öðrum potti með karrýinu, engiferinu og túrmerikinu.

d) Látið malla, stráið tapioca yfir og eldið varlega í 20 mínútur eða þar til tapiocaið verður hálfgagnsært.

e) Hitið soðið með grænmetinu, fjarlægið rósmarín og salvíu og á síðustu stundu bætið við tapíókablöndunni, appelsínuberki, lauk, graskersfræjum og steinselju.

45.Gerjað saxað salat með Rutabaga

HRÁEFNI:

- 1 radísa, smátt skorin
- ½ lítill laukur, smátt saxaður
- 1 rófa, skorin í ½ tommu bita
- 1 gulrót, skorin í ½ tommu bita
- 3 lítil epli, skorin í ½ tommu bita
- Handfylli af grænum baunum, saxaðar í 1 tommu lengd
- 1 rutabaga, skorin í ½ tommu bita
- 1 til 2 vínberjalauf, grænkálsblöð eða önnur stór laufgræn (valfrjálst)
- 3 matskeiðar óhreinsað fínt sjávarsalt eða 6 matskeiðar óhreinsað gróft sjávarsalt
- 1 lítri (eða lítra) síað vatn

LEIÐBEININGAR:

a) Í meðalstórri skál, blandaðu saman radísunni, lauknum, næpunni, gulrótinni, eplum, grænum baunum og rutabaga; flytja í litla krukku.

b) Settu vínberjalaufin eða annað laufgrænt ofan á hakkað salat innihaldsefni til að hjálpa til við að halda þeim undir saltvatninu og vegið niður með matarvænum lóðum eða krukku eða skál af vatni.

c) Leysið saltið upp í vatninu í könnu eða stórum mæliglasi, hrærið ef þarf til að hvetja saltið til að leysast upp. Hellið saltvatninu yfir salatið, hyljið með loki eða klút og leyfið því að gerjast í eina viku.

d) Fjarlægðu lóðin og fjarlægðu og fargaðu vínberjalaufin eða öðru laufgrænu. Setjið í krukkur eða skál, hyljið og geymið í kæli þar sem salatið ætti að endast sex mánuði til eitt ár.

46.Haust kjúklinga- og rótargrænmetiskæfa

HRÁEFNI:

- 1 Pakki Rjómasúpubotn, útbúinn
- 1 pund kjúklingabringur, beinlaus, roðlaus
- ¼ bolli sítrónusafi
- 4 ea. Hvítlauksrif, möluð
- ¼ bolli Ólífuolía
- 8 únsur. Laukur, sneiddur
- 8 únsur. Sætar kartöflur, skrældar og skornar í teninga
- 4 únsur. Parsnip, afhýdd og skorin í teninga
- 4 únsur. Gulrætur, skrældar og skornar í teninga
- 4 únsur. Rutabaga, afhýdd og skorin í teninga
- 4 únsur. Ræfur, skrældar og skornar í teninga
- 2 ea. Hvítlauksrif, söxuð
- 3 bollar kjúklingabotn, tilbúinn
- ¼ bolli Salvía, fersk, saxuð
- Eftir þörfum Kosher salt og sprunginn pipar
- Eftir þörfum Baby Rucola, leiftursteikt (valfrjálst)

LEIÐBEININGAR:

a) Útbúið rjómasúpubotn samkvæmt leiðbeiningum á pakka.

b) Blandið kjúklingabringum, sítrónusafa, hvítlauk og ólífuolíu saman í renniláspoka og látið marinerast í kæli í 1 klukkustund.

c) Forhitið hitaveituofn í 375°F. Setjið tæmd kjúkling á bökunarpappírsklædda plötu, kryddið með salti og pipar. Steikið í 12 mínútur á hlið eða þar til innra hitastigið nær 165°F. Kælið og dragið kjúklinginn.

d) Bræðið smjör í sérstökum potti. Bætið við lauk, sætum kartöflum, pastinip, gulrótum, rutabaga og rófum. Eldið þar til laukurinn er hálfgagnsær.

e) Bætið tilbúnum kjúklingabotni við grænmetisblönduna, látið suðuna koma upp og lækkið hitann og látið malla þar til grænmetið er meyrt.

f) Bætið við tilbúnum rjómasúpubotni, kjúklingi og saxaðri salvíu. Setjið yfir miðlungshita og eldið þar til Chowder nær 165°F. Haltu fyrir þjónustu.

g) Kryddið eftir smekk og skreytið með leiftursteiktri rucola að vild.

47.Hausthátíð Kalkúnskæfa

HRÁEFNI:

- 2,5 únsur. Smjör
- 12,5 únsur. Laukur, hvítur, sneiddur
- 12,5 únsur. Paltikar, afhýddar, skornar í teninga
- 12,5 únsur. Ræfur, afhýddar, skornar í teninga
- 12,5 únsur. Rutabagas, skrældar, skornar í teninga
- 12,5 únsur. Gulrætur, skrældar, skornar í teninga
- 12,5 únsur. Sætar kartöflur, skrældar, sneiddar
- 2,5 kv. bækistöð í Tyrklandi
- 1 ea. Rjómasúpubotn, 25,22 oz. poki, tilbúinn
- 40 únsur. Kalkúnabringa, ristuð, í teningum
- ½ bolli Salvía, fersk, söxuð
- Eftir þörfum Kosher salt
- Eftir þörfum Sprunginn pipar
- Eftir þörfum Cheddar osti, rifinn

LEIÐBEININGAR:

a) Bræðið smjör í stórum potti yfir meðalhita. Steikið lauk, parsnips, rófur, rutabagas, gulrætur og sætar kartöflur í 10 mínútur.

b) Bætið kalkúnabotninum við grænmetisblönduna, látið suðuna koma upp, lækkið hitann og látið malla þar til grænmetið er meyrt, um það bil 20 mínútur.

c) Bætið við Rjómasúpubotni, kalkún og salvíu. Blandið saman, látið malla í 30 mínútur eða þar til það er hitað í gegn. Smakkið til og stillið krydd.

d) Skreytið með Cheddar osti.

48.Lamba- og rótargrænmetiskæfa

HRÁEFNI:

- 1 pund lambakjöt, skorið í teninga
- 1 laukur, skorinn í bita
- 2 hvítlauksrif, söxuð
- 2 bollar kjúklingasoð
- 1 bolli niðurskorinn pastinak
- 1 bolli rútabaga í teningum
- 1 bolli niðurskornar gulrætur
- 1 bolli niðurskornar kartöflur
- 1 tsk. timjan
- Salt og pipar
- Ólífuolía

LEIÐBEININGAR:

a) Í stórum potti eða hollenskum ofni, hitið smá ólífuolíu yfir miðlungs háan hita.
b) Bætið lambinu út í og eldið þar til það er brúnt á öllum hliðum.
c) Fjarlægðu lambið með sleif og settu til hliðar.
d) Bætið lauknum og hvítlauknum í pottinn og eldið þar til það er mjúkt, um það bil 5 mínútur.
e) Bætið kjúklingasoðinu, parsnips, rutabaga, gulrótum, kartöflum og timjan út í og látið suðuna koma upp.
f) Lækkið hitann og látið malla í 45-50 mínútur, eða þar til grænmetið er meyrt.
g) Bætið lambinu aftur í pottinn og eldið í 5-10 mínútur í viðbót, eða þar til það er orðið í gegn.
h) Kryddið með salti og pipar eftir smekk og berið fram heitt.

49.Oxhalasúpa með Rutabaga

HRÁEFNI:

- 3 ½ pund uxahalar
- 3 lárviðarlauf
- 1 Sellerístilkar, saxaðir
- 2 bollar grænar baunir
- 1 Rutabaga, í teningum
- 14 aura niðursoðnir niðursoðnir tómatar
- ¼ bolli Ghee
- 1 timjankvistur
- 1 rósmarín grein
- 2 Blaðlaukur, skorinn í sneiðar
- 2 ½ lítrar vatn
- 2 msk. Sítrónusafi
- ¼ tsk malaður negull
- Salt og pipar, eftir smekk

LEIÐBEININGAR:

a) Bræðið ghee í IP þinni á SAUTE.
b) Bætið uxahölunum út í og eldið þar til þær eru brúnar. Þú gætir þurft að vinna í lotum hér.
c) Hellið vatninu yfir og bætið við timjan, rósmarín, lárviðarlaufi og negul.
d) Eldið á HIGH í 1 klst.
e) Gerðu náttúrulega þrýstingslosun.
f) Fjarlægðu kjötið af IP og rífðu það á skurðbretti.
g) Bætið rutabaga og blaðlauk út í pottinn og lokaðu lokinu.
h) Eldið á HIGH í 5 mínútur.
i) Bætið restinni af grænmetinu út í og eldið í 7 mínútur í viðbót.
j) Bætið kjötinu út í og lokaðu aftur.
k) Eldið á HIGH í 2 mínútur.
l) Hrærið sítrónusafanum út í og kryddið með salti og pipar.
m) Berið fram og njótið!

50.Begedil kartöflubollur

HRÁEFNI:

- Rófa
- Blómkál
- 2 litlir skallottarlaukar
- msk. Nautahakk
- 1 msk. söxuð selleríblöð
- 1 msk. saxaður grænn laukur
- 1/2 tsk. Hvítur pipar (eða svartur pipar)
- 1/4 tsk. Salt
- 1 stórt egg (aðeins lítið notað)
- 4 msk. Kókosolía

LEIÐBEININGAR:

a) Skerið 5 oz. Rutabaga í litla bita og steikið þar til brúnt með 1 msk. Kókosolía.

b) Með stöpli og mortéli skaltu slá steiktu Rutabaga þar til hún er mjúk. Notaðu til skiptis matvinnsluvél. Þegar því er lokið skaltu setja til hliðar.

c) Örbylgjuofn 5 oz. Blómkál þar til það er mjúkt og stingið saman með stöpli og mortéli (eða notið matvinnsluvél).

d) Skerið 2 skalottlauka í þunnar sneiðar. Með litlum og grunnu wok (til að búa til dýpri olíu en lítið er notað) og 1 msk. Kókosolía, steikið þar til hún er brún og stökk en ekki brennd. Setja til hliðar.

e) Með sömu olíu, steikið 4 msk. Nautakjöt þar til brúnt. Kryddið með salti og pipar eftir smekk.

f) Í skál, bætið þeyttum Rutabaga og blómkáli út í, steiktum shallot, soðnu nautahakki, 1 msk. hvert af sellerílaufum og grænlauk, 1/2 tsk. Hvítur pipar (eða svartur pipar) og 1/4 salt. Blandið vel saman.

g) Skolið um 1 msk. af blöndunni og mótið í lítinn böku. Ég gerði alls 10 kökur.

h) Þeytið 1 egg í annarri skál og hjúpið hvern kex en ekki alveg (gerið hvert fyrir steikingu).

i) Steikið kökurnar í skömmtum með kókosolíu þar til þær eru brúnar. Ég notaði 2 msk. Kókosolía alls fyrir þetta (tveir skammtar, 1 msk. hver).

j) Berið fram með plokkfiski eða eitt og sér

51.Uppskera grænmeti og kínóa

Hráefni:

- 1½ bolli Quinoa
- 4 bollar Vatn
- ½ tsk Salt
- 1 meðalstór næpa; skrældar og skornar í teninga
- 4 miðlungs gulrætur
- 1 lítil Rutabaga; skrældar og skornar í teninga
- 1 bolli afhýdd leiðsögn í teningum
- 1 tsk Ólífuolía
- 1 lítill gulur laukur; hægelduðum
- 1 stór hvítlauksrif; hakkað
- ¼ bolli Saxuð fersk salvíublöð
- Salt og hvítur pipar

LEIÐBEININGAR:

a) Í meðalstórum potti, blandaðu skolað quinoa með vatni og salti. Látið suðuna koma upp, látið malla undir loki þar til það er rétt eldað (um það bil 10 mínútur). Tæmið, skolið með köldu vatni og setjið til hliðar.

b) Sameina næpur, gulrætur, rutabaga og leiðsögn í stórum potti með grænmetisgufu. Gufðu grænmetið í 7 til 10 mínútur, eða þar til það er mjúkt

c) Í stórri nonstick pönnu, steikið lauk og hvítlauk í olíu þar til laukurinn er mjúkur, um það bil 4 mínútur. Hrærið salvíublöðin saman við og eldið þar til salvían er léttbrúnt og ilmandi, 1 til 2 mínútur.

d) Bætið kínóa og grænmeti á pönnu og blandið vel saman. Saltið og piprið eftir smekk, hitið í gegn ef þarf og berið fram heitt.

52.Klassískt Pot-Au-Feu

HRÁEFNI:

- 2 matskeiðar ólífuolía
- ½ tsk svartur pipar
- 4 sellerístilkar, í teningum
- 4 gulrætur, skrældar og skornar í teninga
- 4 Yukon Gold kartöflur, í teningum
- 4½ bollar vatn
- 1 hvítlaukshaus, skorinn í tvennt þversum
- 1¾ tsk kosher salt
- 5 ferskir timjangreinar
- 2 pund chuck steikt, úrbeinað og snyrt
- 3 lárviðarlauf
- 2 blaðlaukur, helmingaður eftir endilöngu
- 1 rútabaga, í teningum
- ¼ bolli crème Fraiche
- 1½ pund beinbeint nautakjöt stutt rif, snyrt
- 2 msk ferskur graslaukur í þunnum sneiðum
- Cornichons
- Dijon sinnep
- Tilbúin piparrót

LEIÐBEININGAR:

a) Hitið nonstick pönnu yfir meðalhita. Steikið steikina í olíu á heitri pönnu, sem verður brún á öllum hliðum, í 5 mínútur.
b) Kryddið vel með salti og pipar.
c) Færðu steikina í 6 lítra Slow Cooker.
d) Bætið rifunum við frátekið dropi í heitri pönnu og eldið, snúið að brúnum á öllum hliðum, í 6 mínútur.
e) Flyttu rifin yfir í Slow Cooker, geymdu dropana í pönnunni. Bætið timjan, lárviðarlaufum, hvítlauk og vatni við frátekið dreypi í heitri pönnu, hrærið til að losa brúnuðu bitana af botni pönnu; hella í Slow Cooker.
f) Hægt að elda í 5 klukkustundir.
g) Blandið saman rutabaga, blaðlauk, sellerí, kartöflum, gulrótum og rutabaga. Hægt að elda, um 3 klst.
h) fargið hvítlauknum, timjangreinunum og lárviðarlaufunum.
i) Skerið steikina í sneiðar og berið fram með rifjakjöti, blaðlaukshelmingum, sellerí, kartöflum, gulrótum og rutabaga á framreiðslufati.
j) Dreypið því magni af eldunarvökvanum sem óskað er eftir og berið fram með crème fraîche, graslauk, cornichons, Dijon sinnepi, piparrót og afganginum af eldunarvökvanum.

53.Ostur beikonbitar

HRÁEFNI:

- 1/2 pund rutabaga, rifinn
- 4 sneiðar kjötmikið beikon, saxað
- 7 aura Gruyère ostur, rifinn
- 3 egg, þeytt
- 3 matskeiðar möndlumjöl
- 1 tsk kornaður hvítlaukur
- 1 tsk skalottlauksduft
- Sjávarsalt og malaður svartur pipar, eftir smekk

LEIÐBEININGAR:

a) Bætið 1 bolla af vatni og málmborði í Instant Pot.
b) Blandið öllu ofangreindu hráefni þar til allt er vel blandað saman.
c) Setjið blönduna í sílikon belgbakka sem áður hefur verið smurður með eldunarúða. Hyljið bakkann með álpappír og lækkið hana niður á grindina.
d) Festið lokið. Veldu „Manual“ ham og lágþrýsting; elda í 5 mínútur. Þegar eldun er lokið skaltu nota hraðþrýstingslosara; fjarlægðu lokið varlega.Bon appétit!

RÆPUR

54.Rjúpur og laukur

HRÁEFNI:

- 2½ pund. gular rófur eða rutabagas (um það bil 8 bollar í teningum)
- ⅔ bolli fínt skorinn feitur og magur ferskur svínakjöt eða hliðar svínakjöt; eða 3 msk smjör eða matarolía
- ⅔ bolli fínt skorinn laukur
- 1 msk hveiti
- ¾ bolli nautakjötsbolli
- ¼ tsk salvía
- Salt og pipar
- 2 til 3 msk fersk hakkað steinselja

LEIÐBEININGAR:

a) Afhýðið rófana, skerið í fernt og síðan í ½ tommu sneiðar; skera sneiðar í ½ tommu ræmur og ræmurnar í ½ tommu teninga. Setjið í sjóðandi saltvatn og látið sjóða án loks í 3 til 5 mínútur, eða þar til það er aðeins mjúkt. Tæmdu.

b) Ef þú ert að nota svínakjötið skaltu steikja rólega í 3-litra potti þar til það er mjög léttbrúnt; annars skaltu bæta smjörinu eða olíunni á pönnuna. Hrærið lauknum saman við, hyljið og eldið rólega í 5 mínútur án þess að brúnast. Blandið hveitinu saman við og eldið rólega í 2 mínútur.

c) Takið af hitanum, hrærið deigið út í, hitið aftur og látið suðuna koma upp. Bætið salvíunni út í og blandið síðan rófum saman við. Kryddið eftir smekk með salti og pipar.

d) Lokið á pönnunni og látið malla rólega í 20 til 30 mínútur, eða þar til rófur eru mjúkar.

e) Ef sósan er of fljótandi skaltu afhjúpa og sjóða hægt í nokkrar mínútur þar til vökvinn hefur minnkað og þykknað. Rétt krydd. (Mögulega eldað á undan. Kælið án loks; lokið á og látið malla nokkrum augnablikum áður en það er borið fram.)

f) Til að bera fram, blandaðu steinseljunni saman við og breyttu í heitt borðskál.

55.Galdrarófuvín

HRÁEFNI:

- 6 pund. rófur eða rútabagas
- 1 lítra vatn
- 2½ pund. sykur eða 3 lbs. hunang
- börkur og safi úr 3 appelsínum
- safi og börkur úr 2 stórum sítrónum eða 3 tsk. sýrublanda
- 1 tsk. ger næringarefni
- ¼ tsk. tannín
- 1 Campden tafla, mulin (valfrjálst)
- ½ tsk. pektínensím
- 1 pakki kampavín eða sherry ger

LEIÐBEININGAR:

a) Skrúfaðu rófurnar vel, skerðu toppana og rótarendana af. Saxið eða skerið þær í kalda vatnið og hitið síðan. SEMMA, ekki sjóða, í 45 mínútur.

b) Fjarlægðu börkinn af sítrusávöxtunum (engin hvít möl) og kreistu safann. Setjið börkinn í lítinn nælon-þenslupoka í botninn á aðal gerjunarkerinu.

c) Sigtið rófur (og piparkorn, ef þú notaðir þær) úr vatninu. Þú getur notað pastinin í mat ef þú vilt.

d) Fjarlægðu um það bil lítra af vatni til að bæta við síðar ef þú átt ekki nóg. Það er erfitt að segja hversu mikið þú munt hafa tapað í gufu meðan þú eldar. Bætið sykrinum eða hunanginu út í og látið malla þar til sykurinn er uppleystur. Ef þú notar hunang, látið malla í 10-15 mínútur, hrærið í og slepptu rusli.

e) Hellið heita vatninu í sótthreinsaða aðal gerjunartæki yfir börkinn. Bætið ávaxtasafanum út í. (Þú getur geymt smá af appelsínusafanum og auka grænmetisvatni til að hefja gerið seinna, ef þú vilt.) Athugaðu hvort þú eigir lítra af must. Ef ekki skaltu bæta það upp með fráteknu vatni.

f) Bættu við ger næringarefni, tanníni og sýrublöndu ef þú notaðir ekki sítrónur. Lokaðu og festu loftlás. Leyfðu mustinu að kólna og bættu við Campden töflunni ef þú velur að nota hana. Tólf tímum eftir Campden töfluna skaltu bæta pekínensíminu við. Ef þú notar ekki töfluna skaltu bara bíða þar til mustið kólnar til að bæta pekínensíminu við. Tuttugu og fjórum tímum síðar skaltu athuga PA og bæta við gerinu.

g) Hrærið daglega. Eftir tvær vikur eða svo, athugaðu PA. Lyftu berkipokanum upp úr og láttu renna aftur í ílátið. Ekki kreista. Fargið berknum. Látið vínið setjast og settu það í aukagerjun.

h) Bung og passa með loftlás. Rekki eftir þörfum á næstu sex mánuðum eða svo. Athugaðu PA. Þegar það gerjast út, flösku það. Mér finnst þetta vín frekar þurrt. Þú getur sætt vínið ef þú vilt fyrir átöppun með því að bæta við sveiflujöfnun og 2 til 4 aura af sykursírópi á lítra.

56.Þakkargjörðarbrasaðar rófur

HRÁEFNI:

- ½ pund af rófum , skrældar og skornar í báta
- 2 matskeiðar tómatmauk
- 2 matskeiðar vegan smjör
- 1 laukur, afhýddur og skorinn í teninga
- 1 tsk þurrkað timjan
- 1 gulrót, afhýdd og skorin í teninga
- 1 lárviðarlauf
- 2 sellerístilkar, skornir í teninga
- Salt og pipar
- 1½ bolli soð eða vatn
- 2 matskeiðar vegan smjör, mildað
- 1 T matskeiðar hveiti

LEIÐBEININGAR:

a) Bræðið vegan smjörið á pönnu. Bætið við lauknum, selleríinu og gulrótinni.

b) Eldið í um það bil 5 mínútur. Bætið soðinu, tómatmaukinu, timjaninu og lárviðarlaufinu við rófur og lauk, gulrót og selleríblöndu.

c) Eldið í 30 til 40 mínútur, þakið, í 350°F ofni.

d) Á meðan rófur eru að steikjast skaltu búa til deig með vegan smjöri og hveiti.

e) Flyttu rófurnar yfir í framreiðslufat og haltu þeim heitum á steikjarpönnu.

f) Sigtið steikjandi vökvann í pott. Bætið bitum af vegan smjör- og hveitiblöndunni út í sósuna og þeytið þar til hún þykknar.

g) Smakkið til með salti og pipar og hellið svo sósunni yfir rófurnar.

57.Tævansk rópa kökusúpa

HRÁEFNI:

FYRIR RÆPUKökuna:

- 2 bollar hrísgrjónamjöl
- 2 bollar vatn
- 2 bollar rifin næpa (daikon radísa)
- ¼ bolli þurrkaðar rækjur, lagðar í bleyti og hakkaðar
- ¼ bolli þurrkaðir sveppir, lagðir í bleyti og skornir í teninga
- 2 matskeiðar skalottlaukur, saxaður
- 2 matskeiðar jurtaolía
- 2 matskeiðar sojasósa
- 1 tsk salt
- ½ tsk hvítur pipar

FYRIR SÚPAN:

- 4 bollar kjúklingasoð
- 2 bollar vatn
- 2 grænir laukar, saxaðir
- Salt og pipar eftir smekk

LEIÐBEININGAR:

FYRIR RÆPUKökuna:

a) Blandið saman hrísgrjónamjölinu og vatni í blöndunarskál. Hrærið vel þar til blandan er orðin slétt og kekkjalaus.
b) Hitið jurtaolíu á stórri pönnu eða wok yfir meðalhita.
c) Bætið söxuðum skalottlaukum, þurrkuðum rækjum og þurrkuðum sveppum á pönnuna. Hrærið í um 2 mínútur þar til ilmandi.
d) Bætið rifnu rófunni út á pönnuna og hrærið í 2-3 mínútur í viðbót þar til rófan mýkist aðeins.
e) Hellið hrísgrjónamjölsblöndunni á pönnuna og hrærið stöðugt til að koma í veg fyrir að kekkir myndist.
f) Bætið sojasósunni, salti og hvítum pipar á pönnuna. Hrærið vel til að sameina allt hráefnið.
g) Eldið blönduna við miðlungshita, hrærið stöðugt í, þar til hún þykknar og myndar klístrað þykkt.
h) Smyrjið ferhyrnt eða kringlótt kökuform og hellið rófukökublöndunni í það. Sléttu yfirborðið.
i) Látið rófukökuna gufa við háan hita í um 45-50 mínútur þar til hún er stíf og elduð.
j) Fjarlægðu rófukökuna úr gufubátnum og láttu hana kólna alveg.
k) Þegar hún hefur kólnað skaltu fjarlægja rófukökuna af pönnunni og skera hana í bita sem þú vilt.

FYRIR SÚPAN:

l) Blandið saman kjúklingasoðinu, vatni og söxuðum grænum lauk í stórum potti. Látið suðuna koma upp í blöndunni.
m) Bætið rófusneiðinni í pottinn og látið malla í um 5 mínútur til að hitna í gegn.
n) Kryddið súpuna með salti og pipar eftir smekk.
o) Berið fram taívansku næpukökusúpuna heita sem huggandi og bragðmikla rétti.

58. Blandað grænmeti með rófubrauði

HRÁEFNI:

- ¼ bolli smjör
- 1 bolli Saxaður laukur
- 1 bolli Saxaður grænn laukur
- 2 sellerístilkar, saxaðir
- 2 matskeiðar Fínt söxuð engiferrót
- 2 hvítlauksgeirar, smátt saxaðir
- 1 punda Baby rófur með grænum toppum
- 10 bollar Vatn
- 2 Extra stórir kjúklingabaunir teningur
- ½ bolli þurrt hvítvín eða vatn
- ¼ bolli maíssterkju
- 6 bollar pakkaðir heil fersk spínatlauf
- 1¼ tsk malaður svartur pipar
- ½ tsk Salt
- ¼ bolli Ósigtað alhliða hveiti
- 1 stórt egg, létt þeytt
- Jurtaolía til steikingar

LEIÐBEININGAR:

a) Undirbúið grænmetið.
b) Rífið kældar rófur gróft.
c) Blandið saman rifnum rófum, hveiti, eggi og ¼ t sem eftir er af pipar og salti.
d) Bætið hrúguðum teskeiðum af brauðblöndunni á pönnu og steikið, snúið, þar til brúnt á báðum hliðum

EGGPLANS

59.Kjúklingabaunir Crepe Tacos með eggaldin

HRÁEFNI:

- 2 ¼ bollar af kjúklingabaunamjöli
- ¼ bolli hrein jógúrt
- 2 ½ tsk salt (deilt)
- 3 ½ matskeiðar ólífuolía
- ¼ kg kálfakjöt (malað)
- 1 ½ tsk kúmen (malað)
- ¼ tsk rauðar piparflögur (muldar)
- 1 pund eggaldin og skera þá í teninga 1" að stærð
- 3 hvítlauksgeirar (þunnt sneið)
- ¼ bolli rúsínur (gylltar)
- ¼ bolli rauðvín
- 15 aura tómatar (hægeldaðir)
- ¼ bolli furuhnetur (ristaðar)

LEIÐBEININGAR:

a) Í meðalstórri skál, þeytið kjúklingabaunamjölið saman við jógúrtina, 1 ¼ tsk salt og vatn (2 bollar og 1 matskeið) og setjið til hliðar.

b) Hitið 1 matskeið af olíu yfir meðalháum loga í stórri pönnu. Bætið kálfakjöti, rauðum pipar, kúmeni og ¼ teskeið salti á pönnuna til að elda kálfakjötið.

c) Gætið þess að brjóta og hræra kálfakjötið oft svo það klessist ekki saman. Þegar kálfakjötið byrjar að brúnast, (eftir um það bil 4 mínútur) fjarlægðu kjötið og kryddið af pönnunni og settu það í meðalstóra skál.

d) Hitið 2 matskeiðar olíu á pönnu áður en eggaldininu er bætt út í og saltið sem eftir er. Eldið eggaldinið í 5 mínútur eða þar til það verður brúnt frá öllum hliðum.

e) Bætið nú hvítlauk út í og hrærið af og til þar til hann verður ljósbrúnn.

f) Bætið við rúsínum og víni til að elda blönduna. Mundu að hræra stöðugt, í eina mínútu, svo blandan hiti jafnt.

g) Bætið við hægelduðum tómötum (með safa), lambablöndunni, furuhnetum og ¼

h) bolli vatn. Hrærið og lækkið hitann í meðalloga þannig að blandan

i) getur kraumað. Hrærið af og til. Eftir um það bil 15 mínútur, þar sem flestir safinnar gufa upp, lokaðu loganum.

j) Snúðu olíunni sem eftir er í 8" pönnu sem ekki límast, þurrkaðu hana með pappírsþurrku til að skilja eftir aðeins olíugljáa á pönnunni og hitaðu hana í meðalhátt.

k) Þeytið hveitiblönduna og hellið um þriðjungi úr bolla í pönnuna.

l) Snúðu til að hjúpa pönnuna alveg með deiginu, til að gera crepe, elda báðar hliðar þar til þær eru brúnar. Takið kreppuna af pönnunni og endurtakið ferlið með afganginum af deiginu.

m) Hellið lambafyllingunni á pönnukökurnar.

n) Berið fram með grænu grænmeti, jógúrt og sítrónubátum.

60. Eggaldin Egg-í-holu

HRÁEFNI:

- 1 eggaldin
- 1 matskeið ólífuolía (eða ghee ef þolist)
- 6 egg
- ¼ teskeið salt
- ¼ tsk pipar
- 2 matskeiðar graslaukur (VALFRÆTT)
- 1 avókadó (VALFRÆTT)
- ¼ bolli kvartaðir kirsuberjatómatar (VALFRÁLST)

LEIÐBEININGAR:

a) Forhitaðu ofninn þinn í 400 gráður Fahrenheit (200 gráður á Celsíus).
b) Skerið eggaldinið í um það bil 1 tommu þykka hringi og búðu til um 6 hringi.
c) Í miðju hvers eggaldinshring, skera gat um það bil 1 tommu í þvermál (sjá athugasemdir til leiðbeiningar).
d) Settu tilbúna eggaldinhringina á bökunarplötu klædda bökunarpappír. Penslið hvern eggaldinshring með ólífuolíu.
e) Brjóttu eitt egg í hvert eggaldingöt.
f) Stráið bæði eggjunum og eggaldinshringjunum yfir tilgreint magn af salti og pipar.
g) Bakið í forhituðum ofni í um það bil 15 mínútur, eða þar til eggin ná tilætluðum samkvæmni.
h) Skreyttu eggaldin eggin þín í holu með graslauk, avókadó sneiðum og fjórðu kirsuberjatómötum.
i) Njóttu dýrindis og hollan morgunverðar!

61.Mozzarella, sveppir og eggaldin Shakshuka

HRÁEFNI:

FYRIR eggaldinið

- ½ stórt eggaldin, skorið í teninga með hýðinu á
- 1 matskeið extra virgin ólífuolía
- ¼ teskeið salt
- 1 tsk sæt paprika
- ½ tsk kúmen

FYRIR SVEPPINA

- 1 pakki (10 aura) baby bella sveppir, sneiddir
- 1 matskeið extra virgin ólífuolía
- ⅛ teskeið salt
- ⅛ teskeið malaður svartur pipar

FYRIR TÓMATSÓSU

- 1 stór sætur laukur, skorinn í teninga
- 2 matskeiðar extra virgin ólífuolía
- 2 bollar niðursoðnir niðursoðnir tómatar
- 2 bollar niðursoðnir niðursoðnir tómatar
- ¼ teskeið salt
- 1 tsk sæt paprika
- ½ tsk kúmen
- ½ tsk Aleppo pipar eða rauð piparflögur (stilla eftir smekk)
- 8 egg
- 7-8 umferðir af Natural og Kosher Pre-sneið Mozzarella

LEIÐBEININGAR:

AÐ UNDIRBÚA AUGLÍNINN

a) Forhitið ofninn í 375°F (190°C) og klæddu stóra bökunarplötu með bökunarpappír.

b) Setjið hægeldaða eggaldinið í skál, bætið við ólífuolíu, salti og kryddi. Blandið vandlega þar til eggaldinið er vel húðað.

c) Færið kryddað eggaldin yfir á klædda ofnplötu og bakið í 20 mínútur. Á meðan eggaldinið er að bakast, undirbúið sveppina.

TIL AÐ ÚRBÚA SVEPPINA

d) Hitið ólífuolíu á stórri pönnu. Bætið sneiðum sveppunum, salti og pipar út í og eldið við meðalhita í 5-7 mínútur þar til þeir byrja að brúnast. Setja til hliðar.

TIL AÐ ÚRBÚA TÓMATSÓSU

e) Hitið ólífuolíu yfir miðlungshita í 12 tommu pönnu. Bætið hægelduðum lauknum út í og eldið í 20 mínútur, hrærið oft.

f) Bætið niðursoðnum hægelduðum tómötum, muldum tómötum, salti, papriku, kúmeni og Aleppo pipar út í. Eldið við meðalhita í 10 mínútur til viðbótar.

g) Bætið bökuðu eggaldininu og soðnu sveppunum út í sósuna og hrærið vel. Sósan mun þykkna.

SAMSETNING OG LOKAMAÐAÐA

h) Búið til litla hola í tómatsósunni fyrir hvert egg og brjótið eggin út í þau. Raðið mozzarella hringjunum utan um tómatsósuna.

i) Lokið pönnunni og eldið við miðlungshita þar til eggjahvíturnar eru stífnar, osturinn er bráðinn og eggjarauðurnar ná tilætluðum samkvæmni (rennandi eða fulleldaðar).

j) Njóttu dýrindis Mozzarella, sveppa og eggaldin Shakshuka!

62.Eggaldinfyllt Crêpes

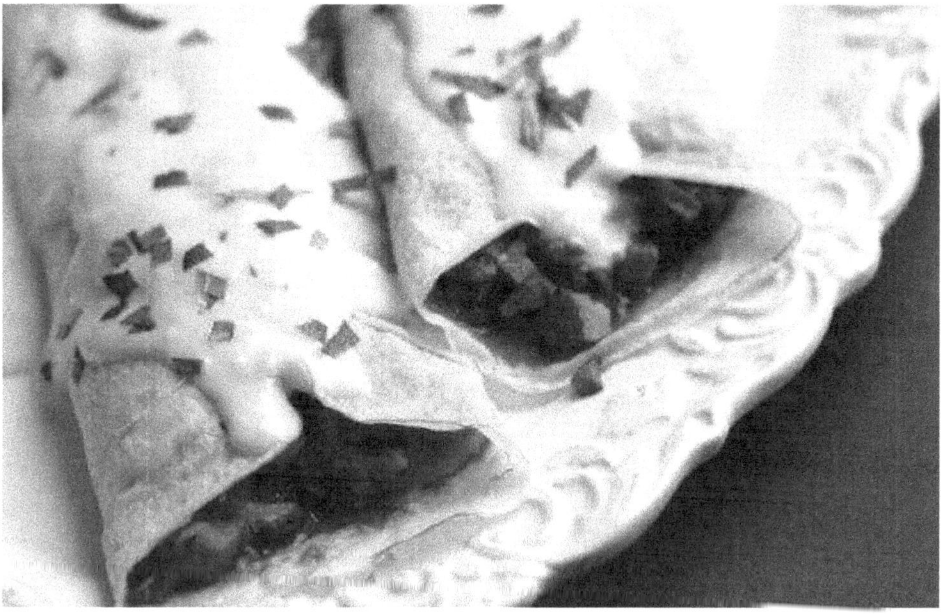

HRÁEFNI:

- 4 matskeiðar laukur, saxaður
- 4 bollar eggaldin, skorið í bita, soðið
- 4 bollar Tómatar, ferskir, saxaðir
- 1 bolli grænmetissoð
- 4 matskeiðar karrýduft
- 1 tsk kanill
- 2 tsk Salt
- 8 hvítlauksgeirar, saxaðir
- 24 Crêpes

LEIÐBEININGAR:

a) Steikið allt hráefnið, nema crêpes, á stórri pönnu við meðalhita í 10 mínútur.

b) Skiptið blöndunni jafnt á milli Crêpes.

c) Rúllið upp og berið fram heitt.

d) Toppið með grískri tómatsósu.

63.Sætar eggaldin pönnukökur

HRÁEFNI:

Pönnukökur:

- 1 stórt eggaldin
- 2 matskeiðar ólífuolía, auk meira til að elda pönnukökur
- 1 bolli kókosmjólk
- 2 egg
- ¼ bolli fersk basilíka, saxuð
- ¾ bolli garbanzo baunamjöl
- ½ bolli haframjöl
- 2 matskeiðar næringarger
- ½ tsk matarsódi
- 1 tsk lyftiduft
- ½ tsk hvítlauksduft
- ½ tsk za'atar
- 1 tsk sjávarsalt
- ½ tsk pipar

RISTIN RAUÐ PIPARSÓSA:

- 1 28 aura krukku ristuð rauð paprika, eða steikt 2 stórar rauðar paprikur í ofni, afhýðið og fræhreinsið
- ¼ bolli ferskt oregano, saxað
- 1 tsk balsamik edik
- 2 tsk ferskur sítrónusafi
- ¼ bolli extra virgin ólífuolía
- ⅛ teskeið cayenne pipar

LEIÐBEININGAR:

a) Forhitaðu ofninn þinn í 375°F (190°C).

b) Skerið eggaldinið í tvennt og penslið báða helmingana með 2 msk af ólífuolíu. Setjið þær á bökunarplötu og steikið þar til þær eru orðnar mjúkar, sem ætti að taka um 30 mínútur.

c) Þegar það er steikt skaltu ausa holdinu úr eggaldininu og saxa það smátt.

d) Í stórri skál skaltu sameina hakkað eggaldin með kókosmjólk, eggjum og hakkað basil.

e) Blandið saman garbanzo baunamjöli, haframjöli, næringargeri, matarsóda, lyftidufti, hvítlauksdufti, za'atar, sjávarsalti og pipar í aðskilda litla skál.

f) Hrærið þurrefnunum út í blautu blönduna þar til vel blandað deig myndast.

g) Hitið stóra pönnu og bætið við 1 matskeið af ólífuolíu. Hellið um það bil ⅓ bolla af deiginu á pönnuna fyrir hverja pönnuköku. Þegar þú sérð litlar loftbólur myndast á yfirborðinu skaltu snúa pönnukökum til að elda hina hliðina. Þetta ætti að taka um 2-3 mínútur á hverri hlið.

TIL AÐ BÚA TIL RISTAÐA RAUÐPAPIPARSÓSU:

h) hráefnið í sósuna - ristaðar rauðar paprikur, ferskt oregano, balsamikedik, ferskan sítrónusafa, extra virgin ólífuolíu og cayenne pipar - í blandara eða matvinnsluvél.

i) Blandið þar til blandan verður slétt.

j) Berið sósuna fram við stofuhita eða varlega hitaða yfir bragðmiklar eggaldinspönnukökur.

k) Njóttu þessa yndislega og einstaka bragðmikla pönnukökuréttar með bragðmiklu steiktu piparsósunni!

64.Falafel vöfflur með ristuðu eggaldini

HRÁEFNI:

FYRIR VÖFFLURNAR:

- 1 kassi falafel blanda
- Vatn og önnur innihaldsefni kallað eftir á pakkanum

FYRIR ristað eggaldin:

- 1 lítið eggaldin
- 2 tsk hvítlaukssalt (þú getur notað þurrkaðan, ristaðan hvítlauk og salt)
- 3 matskeiðar ólífuolía

TIL SAMSETNINGU (VELDU UPPÁHALDS):

- Hummus
- Sneidd agúrka
- Tómatar í hægeldunum
- Tzatziki (grísk agúrka dill jógúrt)
- Feta ostur
- Kalamata ólífur
- Pítu þríhyrningar/flögur
- Útbúið kúskús

LEIÐBEININGAR:

FYRIR VÖFFLURNAR:

a) Útbúið falafelblönduna samkvæmt leiðbeiningum á pakkanum þar til blandan er tilbúin til eldunar.

b) Setjið ¼ af tilbúnu falafelblöndunni á hvern hluta af vöfflujárninu. Fylgdu leiðbeiningum vöfflujárnsins til að elda þær eins og þú myndir gera með venjulegum vöffludeig.

FYRIR Hvítlauksristað eggaldin:

c) Forhitaðu ofninn þinn í 450 gráður Fahrenheit (230 gráður á Celsíus).

d) Skerið eggaldinið í ½ tommu sneiðar, fjórðu síðan sneiðarnar í fjórðunga til að mynda fleyga.

e) Dreifið ólífuolíu á stóra ofnplötu og veltið niðurskornu eggaldininu upp úr olíunni til að hjúpa þau.

f) Stráið eggaldinbátunum yfir hvítlaukssalti.

g) Steikið í 10 mínútur, snúið eggaldinsneiðunum við og bakið síðan í 10 mínútur til viðbótar (alls 20 mínútur).

SAMSETNING:

h) Setjið falafel vöfflu á disk.

i) Smyrjið hummus á vöffluna.

j) Toppið með ristuðu eggaldininu.

k) Bættu við uppáhalds álegginu þínu, eins og agúrku í teningum, hægelduðum tómötum, tzatziki, muldum fetaosti og kalamata ólífum.

l) Berið fram Falafel vöfflur með pítu þríhyrningum, kúskús og fleiri ólífum, ef þess er óskað.

m) Njóttu þessarar einstöku og girnilegu Miðjarðarhafs-innblásna máltíðar með skapandi ívafi!

65.Stökk eggaldin beikon morgunverðarskál

HRÁEFNI:

FYRIR STÖKKT EGGRÆNABEIKON:

- ¼ bolli vatn
- 1 ½ tsk kosher salt
- ¼ bolli hlynsíróp
- 2 matskeiðar eplaedik
- 1 matskeið ólífuolía
- 1 matskeið Tamari
- 1 tsk sæt paprika
- ¼ tsk hvítlauksduft
- ½ matskeið fljótandi reykur
- 1 tsk nýmalaður svartur pipar
- 3-4 lítil japansk eggaldin, skorin í þunnar strimla með mandólíni

FYRIR HVER Morgunverðarskál:

- 1 bolli fínt rifið Lacinato grænkál
- 1 tsk ólífuolía
- 1 tsk sítrónusafi
- ¼ bolli soðið kínóa
- ½ af avókadó, skorið í sneiðar
- 3-4 ræmur af eggaldinbeikoni
- 1 steikt egg
- ½ tsk dukkah

LEIÐBEININGAR:

TIL AÐ GERA STÖKKT EGAGLANDSBEKON:

a) Blandið vatni, kosher salti, hlynsírópi, eplaediki, ólífuolíu, tamari, sætri papriku, hvítlauksdufti, fljótandi reyk og svörtum pipar saman í skál. Þeytið til að blanda saman.

b) Leggið eggaldinsneiðarnar í grunnt fat og hellið marineringunni yfir. Látið eggaldinið marinerast í 15-30 mínútur og tryggið að allar eggaldinsneiðar séu á kafi í marineringunni með því að snúa þeim að minnsta kosti einu sinni.

c) Forhitið ofninn í 425°F (220°C) með grind í miðjunni. Klæðið bökunarplötu með bökunarpappír og setjið bökunargrind ofan á.

d) Leggðu marineruðu eggaldinsneiðarnar á grindina og geymdu marineringuna. Bakið í 12-14 mínútur þar til eggaldinið byrjar að karamellisera. Takið úr ofninum og látið eggaldinið kólna á grindinni.

e) Þegar eggaldinið hefur kólnað og stökkt (um það bil 2 mínútur), dýfið hverri eggaldinbeikonsneið aftur í marineringuna og setjið aftur á bökunargrindina.

f) Stráið meira salti og pipar yfir. Bakið í 2 mínútur til viðbótar, takið síðan úr ofninum og leyfið þeim að kólna alveg á grind áður en þær eru bornar fram.

AÐ BYGGJA MORGUNARMAÐARSkál:

g) Blandið rifnu grænkálinu saman við ólífuolíu og sítrónusafa í stórri skál. Nuddið með höndum þar til grænkálið fer að mýkjast.

h) Brjótið soðnu kínóa saman við þar til það hefur verið blandað saman, toppið síðan með avókadósneiðum, strimlum af eggaldinbeikoni, steiktu eggi og stökkva af dukkah.

i) Berið fram stökku eggaldinbeikon morgunverðarskálina þína strax og njóttu!

66.Ricotta fylltar eggaldin umferðir

HRÁEFNI:

- 1 meðalstórt eggaldin
- Sjó salt

FYLLING

- 6 aura af Ricotta osti
- ¼ bolli Parmesan ostur
- 3 matskeiðar fersk steinselja
- 1 tsk Hvítlauksduft
- 1 egg

BRAUÐ

- 2 egg
- 1,5 bollar svínabörkur
- 2 tsk ítalskt krydd
- ¼ bolli parmesan ostur (til brauð)

LEIÐBEININGAR:

a) Skerið eggaldinið í ½ tommu hringi. Setjið á pappírsklædda ofnplötu og stráið sjávarsalti yfir. Settu pappírsþurrkur yfir það og aðra bökunarplötu. Bætið við skálum eða diskum til að þyngja pönnuna til að draga úr umframvatni í 30 mínútur.

b) Á meðan sneið eggaldin svitnar skaltu sameina ricotta, parmesan, steinselju og eitt egg í skál og setja til hliðar.

c) Fjarlægðu pappírshandklæðin af eggaldininu og strokaðu af umframsaltinu. Dreifðu hrúgaðri matskeið af ricottablöndunni yfir hverja umferð og dreifðu því jafnt yfir eggaldinið með smjörhníf. Endurtaktu með öllum eggaldinsneiðunum.

d) Settu ricotta-laga eggaldin umferðir á bökunarplötu og settu þær í frysti til að stífna.

e) Þegar búið er að stilla, bætið eggjunum tveimur í fat og blandið síðan svínabörkunum, ¼ bolla af parmesan og ítölsku kryddinu saman í sérstakt fat. Húðaðu hvert eggaldin með eggþvottinum og síðan í svínabörkblönduna. Þrýstið niður eftir þörfum til að húðin verði jafnt.

f) Setjið hverja umferð aftur á bökunarplötu og inn í frysti aftur til að stífna, um 30 - 45 mínútur.

g) Aðeins 8 mínútur við 375 F í loftsteikingarvélinni er fullkominn tími til að fá stökka gullbrúna húð og fullkomlega soðið eggaldin.

67.Spam og eggaldin tempura

HRÁEFNI:

- 1 dós af ruslpósti, sneið í þunnar strimla
- 1 meðalstórt eggaldin, skorið í þunnar sneiðar
- Jurtaolía, til steikingar
- 1 bolli alhliða hveiti
- ¼ bolli maíssterkju
- ½ tsk salt
- 1 bolli ískalt vatn
- Sojasósa eða dýfingarsósa, til framreiðslu

LEIÐBEININGAR:

a) Hitið jurtaolíu í djúpsteikingarpotti eða stórum potti í um 350°F (175°C).
b) Í blöndunarskál, blandaðu saman alhliða hveiti, maíssterkju og salti.
c) Bætið ísköldu vatninu smám saman út í, hrærið varlega, þar til deigið er slétt. Gætið þess að blanda ekki of mikið; það er allt í lagi ef það eru nokkrir kekkir.
d) Dýfðu hverri sneið af ruslpósti og eggaldin í tempura deigið og tryggðu að þau séu jafnhúðuð. Leyfðu umframdeig að leka af áður en þú setur það varlega í heita olíuna.
e) Steikið ruslpóstinn og eggaldinsneiðarnar í lotum og passið að yfirfylla ekki steikingarpottinn eða pottinn. Eldið þær í um 2-3 mínútur eða þar til tempura deigið verður gullið og stökkt.
f) Fjarlægðu þau úr olíunni með skeið eða töng og færðu þau yfir á disk sem er klædd pappírshandklæði til að draga í sig umfram olíu.
g) Endurtaktu ferlið með sneiðunum sem eftir eru af ruslpósti og eggaldin þar til allt er soðið.
h) Berið ruslpóstinn og eggaldin tempura fram heitt með sojasósu eða ídýfasósu að eigin vali.
i) Þú getur notið þeirra eins og þau eru eða borið fram með hlið af gufusoðnum hrísgrjónum og grænmetissteikingu fyrir heila máltíð.

68.Eggaldin franskar

HRÁEFNI:

- 2 matskeiðar ólífuolía
- 1 lítill laukur, saxaður
- 1 lítið eggaldin, skrælt og skorið í tommu teninga
- 2 hvítlauksgeirar, saxaðir
- 1 tsk salt
- ⅛ teskeið malað cayenne
- 1 bolli saxaðar valhnetur
- 1 matskeið ferskt söxuð basilíka
- 2 matskeiðar vegan majónesi
- 2 matskeiðar söxuð fersk steinselja, til skrauts

LEIÐBEININGAR:

a) Hitið olíuna yfir miðlungshita í stórri pönnu. Bætið lauknum, eggaldininu, hvítlauknum, salti og cayenne út í. Lokið og eldið þar til það er mjúkt, um það bil 15 mínútur. Hrærið valhnetunum og basilíkunni saman við og látið kólna.

b) Flyttu kældu eggaldinblöndunni í matvinnsluvél. Bætið majónesi út í og vinnið þar til slétt. Smakkið til, stillið krydd ef þarf og flytjið síðan yfir í meðalstóra skál og skreytið með steinseljunni.

c) Ef þú notar það ekki strax skaltu hylja og setja í kæli þar til þú þarft.

d) Ef það er geymt á réttan hátt, geymist það í allt að 3 daga.

71. Tempura steikt eggaldin

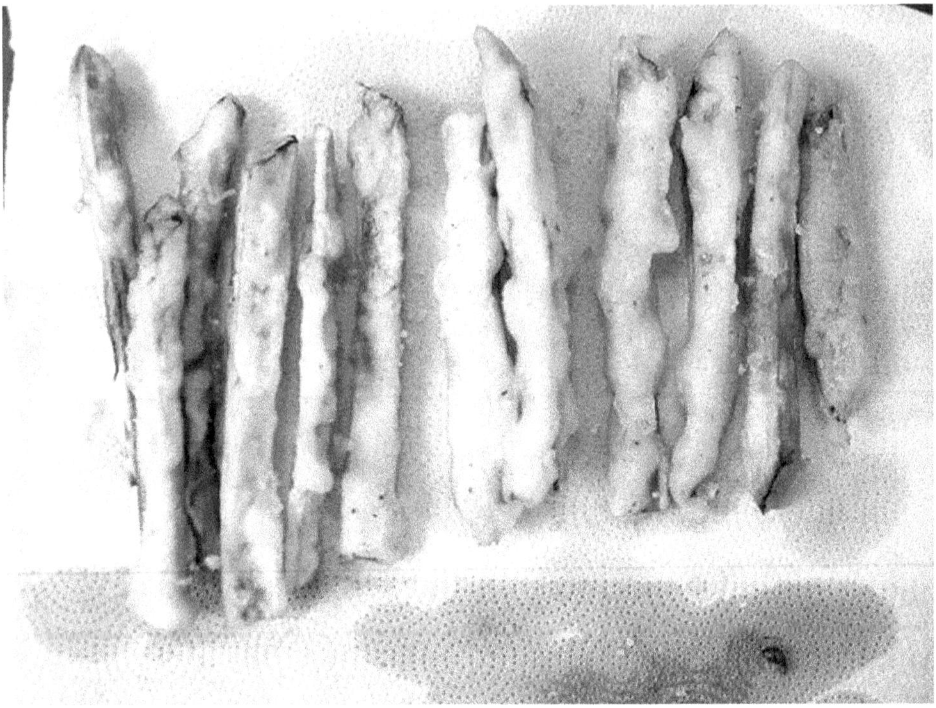

HRÁEFNI:

- 1 meðalstórt eggaldin
- Jurtaolía, til steikingar
- 1 bolli alhliða hveiti
- ¼ bolli maíssterkju
- ½ tsk salt
- 1 bolli ískalt vatn
- Dýfasósa að eigin vali (td sojasósa, ponzu sósa eða sæt chilisósa)

LEIÐBEININGAR:

a) Skerið eggaldinið í hringi eða ræmur, allt eftir því sem þú vilt. Þú getur afhýtt hýðið eða látið það vera á, byggt á vali þínu og áferð eggaldinsins sem þú vilt.

b) Setjið eggaldinsneiðarnar á pappírshandklæði og stráið salti yfir. Leyfðu þeim að sitja í um það bil 10 mínútur til að draga út umfram raka. Þetta skref hjálpar til við að koma í veg fyrir að eggaldinið verði of blautt við steikingu.

c) Í millitíðinni skaltu hita jurtaolíu í djúpsteikingarpotti eða stórum potti í um 350°F (175°C).

d) Í blöndunarskál, blandaðu saman alhliða hveiti, maíssterkju og salti. Bætið ísköldu vatninu smám saman út í, hrærið varlega, þar til deigið er slétt. Gætið þess að blanda ekki of mikið; það er allt í lagi ef það eru nokkrir kekkir.

e) Þurrkaðu eggaldinsneiðarnar með pappírshandklæði til að fjarlægja umfram salt og raka.

f) Dýfðu hverri eggaldinsneið í tempura deigið og tryggðu að hún sé jafnhúðuð. Leyfið umframdeig að leka af áður en sneiðarnar eru settar varlega í heita olíuna.

g) Steikið eggaldinsneiðarnar í skömmtum, passið að yfirfylla ekki steikingarpottinn eða pottinn. Eldið þær í um 2-3 mínútur eða þar til tempura deigið verður gullið og stökkt.

h) Fjarlægðu þau úr olíunni með skeið eða töng og færðu þau yfir á disk sem er klædd pappírshandklæði til að draga í sig umfram olíu.

i) Endurtaktu ferlið með eggaldinsneiðunum sem eftir eru þar til allar eru soðnar.

j) Berið fram tempura-steikta eggaldinið heitt með ídýfingarsósu að eigin vali. Þeir gera dýrindis forrétt eða hægt að bera fram sem meðlæti með aðalmáltíð.

72.Reykkennt Glóð-ristað eggaldin ídýfa

HRÁEFNI:

- 3 hnöttótt eggaldin (um 3 pund, eða 1,35 kg, samtals)
- 1 rauðlaukur, óafhýddur
- 2 hvítlauksgeirar, saxaðir
- ¼ bolli (60 ml) ólífuolía, auk meira til að drekka
- ¾ teskeið kosher salt, auk meira til að krydda
- ¼ bolli (60 g) tahini
- 2 matskeiðar (30 ml) ferskur sítrónusafi
- ¼ tsk malað kúmen
- Handfylli söxuð fersk steinselja, auk meira til að skreyta
- Reykt paprika, til skrauts

LEIÐBEININGAR:

a) Undirbúðu heitan eins stigs eld í eldgryfju og dreifðu kolunum í flatt, einsleitt rúm sem er að minnsta kosti 2 tommur (5 cm) djúpt.

b) Stingið eggaldinin á nokkrum stöðum með gaffli.

c) Setjið eggaldin og rauðlauk beint á kolin. Grillið, snúið öðru hvoru, þar til eggaldinin hafa hrunið saman, hold þeirra er mjög mjúkt og hýðið er kulnað út um allt, um 20 mínútur fyrir eggaldin og 30 mínútur fyrir laukinn.

d) Færið grænmetið yfir á skurðbretti og látið kólna.

e) Haltu eggaldinunum eftir endilöngu. Skerið holdið út og setjið það í netsíu. (Það er allt í lagi að skilja eitthvað af brenndu bitunum eftir, þar sem þeir gefa bragði.) Látið renna af í að minnsta kosti 15 mínútur, maukið holdið með bakinu á skeið eftir þörfum til að losa umfram vökva.

f) Á meðan er laukurinn skorinn og afhýddur. Saxið það gróft og setjið í matvinnsluvél. Bætið við hvítlauk, ólífuolíu og salti. Púlsaðu í þykkt mauk. Bætið eggaldininu, tahini, sítrónusafa og kúmeni út í. Púlsaðu þar til innihaldsefnin hafa blandast saman en hafa samt smá áferð. Smakkið til og bætið við meira salti, eftir því sem óskað er.

g) Flyttu baba ghanoush yfir í meðalstóra skál og hrærðu steinseljunni saman við.

h) Stráið smá ólífuolíu yfir, stráið smá papriku yfir og skreytið með steinselju áður en það er borið fram.

73.Bakaðar eggaldin franskar

HRÁEFNI:

- 1 stórt eggaldin
- ¼ bolli heilhveiti
- 2 egg, þeytt
- 1 bolli heilhveiti brauðrasp
- ½ tsk þurrkað oregano
- ¼ tsk hvítlauksduft
- Salt og pipar eftir smekk

LEIÐBEININGAR:

a) Forhitið ofninn í 425°F (220°C) og klæddu bökunarplötu með bökunarpappír.
b) Skerið eggaldinið í steikilega strimla.
c) Setjið hveiti, þeytt egg og brauðrasp í aðskildar skálar.
d) Dýfðu hverri eggaldinstrimlu í hveitið, síðan í þeytt eggin og að lokum í brauðmylsnuna, þrýstu varlega til að festast.
e) Raðið húðuðu eggaldinfrönskunum í einu lagi á bökunarplötuna.
f) Stráið þurrkuðu óreganói, hvítlauksdufti, salti og pipar yfir eggaldinfrönskurnar.
g) Bakið í 15-20 mínútur, snúið við hálfa leið, þar til kartöflurnar eru gullinbrúnar og stökkar.
h) Takið úr ofninum og berið fram heitt.

74.Ristað eggaldin ídýfa

HRÁEFNI:

- 3 meðalstór eggaldin með hýði (stór, kringlótt, fjólublá afbrigði)
- 2 matskeiðar olía
- 1 hrúga teskeið af kúmenfræjum
- 1 tsk malað kóríander
- 1 tsk túrmerikduft
- 1 stór gulur eða rauðlaukur, afhýddur og skorinn í teninga
- 1 stykki af engiferrót, afhýdd og rifin eða söxuð
- 8 hvítlauksrif, afhýdd og rifin eða söxuð
- 2 meðalstórir tómatar, skrældir (ef hægt er) og skornir í teninga
- 4 grænir taílenskir, serrano- eða cayenne-chiles, saxaðir
- 1 tsk rautt chile duft eða cayenne
- 1 msk gróft sjávarsalt

LEIÐBEININGAR:

a) Settu ofngrind í næsthæstu stöðu. Forhitið grillið í 500°F (260°C). Klæðið bökunarplötu með álpappír til að koma í veg fyrir óreiðu síðar.

b) Stingdu göt á eggaldinið með gaffli (til að losa um gufu) og settu þau á bökunarplötuna. Steikið í 30 mínútur, snúið einu sinni. Húðin verður kulnuð og brennd á sumum svæðum þegar þau eru búin. Takið bökunarplötuna úr ofninum og látið eggaldinið kólna í að minnsta kosti 15 mínútur. Með beittum hníf, skerðu sundur langsum frá einum enda hvers eggaldins til annars og dragðu það aðeins opið. Skerið ristuðu kjötinu að innan, passið að forðast gufuna og bjarga eins miklum safa og hægt er. Settu ristað eggaldin holdið í skál - þú munt hafa um það bil 4 bolla (948 ml).

c) Hitið olíuna á meðalháum hita á djúpri, þungri pönnu.

d) Bætið kúmeninu út í og látið malla þar til það sýður í um það bil 30 sekúndur.

e) Bætið kóríander og túrmerik út í. Blandið saman og eldið í 30 sekúndur.

f) Bætið lauknum út í og brúnið í 2 mínútur.

g) Bætið engiferrótinni og hvítlauknum út í og eldið í 2 mínútur í viðbót.

h) Bætið tómötunum og chiles út í. Eldið í 3 mínútur þar til blandan mýkist.

i) Bætið kjötinu af ristuðu eggaldinunum út í og eldið í 5 mínútur í viðbót, blandið öðru hverju til að forðast að festast.

j) Bætið rauða chili duftinu og salti út í. Á þessum tímapunkti ættir þú einnig að fjarlægja og farga villandi bitum af kulnuðu eggaldinshýði.

k) Blandið þessari blöndu með því að nota blöndunartæki eða í sérstökum blöndunartæki. Ekki ofleika það - það ætti samt að vera einhver áferð. Berið fram með ristuðum naan sneiðum, kex eða tortilla flögum. Þú getur líka borið það fram á hefðbundinn hátt með indverskri máltíð af roti, linsubaunir og raita.

75.Grillað eggaldin og chaumes

HRÁEFNI:

- 3 hvítlauksgeirar, saxaðir
- 5 matskeiðar majónesi
- Safi úr ½ sítrónu eða lime (um 1 matskeið eða eftir smekk)
- 3 tsk chili duft
- 1 tsk paprika
- ½ tsk malað kúmen
- 1 Stór klípa af þurrkuðum oregano laufum, mulin
- 2 matskeiðar extra virgin ólífuolía
- Nokkrir hristingar af reyktri chile sósu eins og Chipotle Tabasco
- 2 matskeiðar gróft saxað ferskt kóríander
- 1 eggaldin, skorið þversum í ¼- til ½ tommu þykkar sneiðar
- Ólífuolía
- 4 mjúkar hvítar eða súrdeigsrúllur, eða 8 sneiðar af hvítu eða súrdeigsbrauði í sveitastíl
- ¾ bolli marineruð ristuð rauð og/eða gul paprika, helst í saltlegi
- Um það bil 12 aura af hálfmjúkum en bragðmiklum osti

LEIÐBEININGAR:

a) Til að gera Red Chili Aioli: Blandaðu hvítlauknum saman við majónesi, sítrónusafa, chilidufti, papriku, kúmen og oregano í lítilli skál; hrærið vel til að blanda saman. Þeytið ólífuolíunni út í með skeið eða þeytara, bætið olíunni við nokkrum teskeiðum í einu og þeytið þar til það er blandað inn í blönduna áður en restinni er bætt út í.

b) Þegar það er slétt, hristið reyktri chilesósu út í eftir smekk og hrærið loks kóríander út í. Lokið og kælið þar til það er tilbúið til notkunar.

c) Til að undirbúa eggaldinið, penslið eggaldinsneiðarnar létt með ólífuolíu og hitið þunga pönnu yfir miðlungsháan hita.

d) Pönnuðu eggaldinsneiðarnar á hvorri hlið þar til þær eru ljósbrúnar og mjúkar þegar þær eru stungnar með gaffli. Setja til hliðar.

e) Til að búa til samlokurnar: Leggðu út opnar mjúku rúllurnar og settu rauða chili-aioli ríkulega á innanverðan. Leggðu eggaldinsneiðar á aðra hliðina á rúllunum, síðan paprikuna, svo lag af ostinum. Lokaðu og þrýstu vel saman. Penslið létt utan á hverja samloku með ólífuolíu.

f) Hitið pönnuna aftur yfir meðalháum hita, bætið síðan samlokunum út í og lækkið hitann í miðlungs-lágan. Þyngdu samlokurnar og eldaðu í nokkrar mínútur. Þegar botnbrauðið er gullið og örlítið brúnt á stöðum, snúið því við og eldið hina hliðina, álíka þungt.

g) Þegar sú hlið er gyllt og stökk, ætti osturinn að vera bráðinn og klístur; það getur verið að það leki aðeins út og stökkt eins og það gerir. (Ekki farga þessum gómsætu stökku bitum, bara henda þeim á hvern disk ásamt samlokunni.)

h) Fjarlægðu samlokurnar á diska; skera í tvennt og bera fram.

76.Samlokur af eggaldin Parmigiana

HRÁEFNI:

- ¼ bolli extra virgin ólífuolía, eða eins og þú vilt, skipt
- 1 meðalstórt eggaldin, sneið ½ til ¾ tommu þykkt
- Salt
- 4 stórar mjúkar rúllur, súrdeig eða sætar
- 3 hvítlauksgeirar, saxaðir
- 8 stór fersk basilíkublöð
- Um ½ bolli ricotta ostur
- 3 matskeiðar nýrifinn parmesan, pecorino eða Locatelli Romano ostur
- 7 aura ferskur mozzarella ostur
- 4 þroskaðir safaríkir tómatar, þunnar sneiðar (þar á meðal safi þeirra)

LEIÐBEININGAR:

a) Raðið eggaldinsneiðunum á skurðbretti og stráið salti yfir ríkulega. Látið standa í um það bil 20 mínútur eða þar til dropar af raka birtast á yfirborði eggaldinsins. Skolið það vel af, þurrkið síðan eggaldinið.

b) Hitið 1 matskeið af olíunni í þungri nonstick pönnu yfir miðlungshita. Bætið við eins miklu af eggaldininu sem passar í eitt lag og þröngvar ekki saman. Brúnaðu eggaldinsneiðarnar, hreyfðu þær þannig að þær brúnist og eldist í gegn en brenni ekki.

c) Snúið við og steikið á annarri hliðinni þar til sú hlið er léttbrúnt og eggaldinið er mjúkt þegar það er stungið í með gaffli. Þegar eggaldin er soðið, taktu það á disk eða pönnu og haltu áfram að bæta við eggaldininu þar til þau eru öll soðin. Setjið til hliðar í nokkrar mínútur.

d) Opnaðu rúllurnar og dragðu smá af loftkenndinni út og stráðu síðan söxuðum hvítlauk á hverja afskorna hlið. Á annarri hlið hverrar rúllu, setjið sneið eða 2 af eggaldin, settu síðan blað eða 2 af basilíku yfir, smá ricotta ost, stökkva af parmesan og lagi af mozzarella. Ljúktu með sneiðum tómötum; lokaðu og þrýstu varlega til að loka saman.

e) Hitið sömu pönnu yfir meðalháan hita eða notið samlokur pressu og penslið samlokurnar létt með smá ólífuolíu að utan. Brúnið eða grillið samlokurnar, þrýstið um leið og þær brúnast og stökkar.

f) Þegar fyrri hliðin er brún í gegn, snúið við og brúnið hina þar til osturinn er bráðinn. Berið fram strax.

77.Grænmetispizza Grillaður ostur

HRÁEFNI:

- 16 aura Mozzarella, sneið
- 15 aura Ricotta
- 4 matskeiðar parmesan, skipt
- 1 eggaldin, lítið
- 2 rauðar paprikur
- 1 kúrbít, stór
- ¾ bolli ólífuolía, skipt
- 1 tsk ferskur hvítlaukur, saxaður
- 4 - 8 tommu pizzaskorpur, forsoðnar
- 1 kvistur af fersku rósmarín, stilkaður og smátt saxaður

LEIÐBEININGAR:

a) Forhitaðu ofninn í 375 gráður F.

b) Afhýðið eggaldinið og skerið í ¼ tommu sneiðar. Skerið papriku og kúrbít í ¼ tommu sneiðar. Leggið grænmetið á bökunarplötu og hjúpið létt með ólífuolíu. Bakið í ofni við 375 gráður í 15-20 mínútur þar til það er mjúkt.

c) Í blöndunarskál, bætið ricotta, hvítlauk og helmingnum af parmesan og blandið saman með gaffli þar til það er blandað saman. Brjótið saman til að gera ricotta extra dúnkenndan. Setja til hliðar.

d) Leggðu út forbökuðu pizzuskorpuna og húðaðu hana létt með afganginum af ólífuolíu. Stráið söxuðu rósmaríninu yfir á aðra hliðina og afganginum af parmesan. Snúið við og dreifið ricottablöndunni yfir á ókryddaða hliðina. Setja til hliðar.

e) Þegar grænmetið er tilbúið skaltu setja samlokuna saman með því að setja eggaldin, kúrbít og papriku á ricotta helminginn af skorpunni og síðan mozzarella. Lokaðu og settu í forhitaðri pönnu eða nonstick pönnu við lágan til meðalhita. Gakktu úr skugga um að pannan sé stærri en skorpan.

f) Eldið í um það bil 90 sekúndur, þrýstið niður með spaða. Snúið við og endurtakið þar til hann er gullinbrúnn og osturinn er alveg bráðinn. Takið út, skerið og berið fram.

78.Eggaldinbollur

HRÁEFNI:

- 1 lítið eggaldin
- 1 tsk edik
- 1 egg
- ¼ tsk Salt
- 3 matskeiðar hveiti
- ½ tsk lyftiduft

LEIÐBEININGAR:

a) Afhýðið og skerið eggaldin. Eldið þar til það er mjúkt í sjóðandi, söltu vatni.

b) Bætið við ediki og látið standa í eina mínútu til að koma í veg fyrir mislitun.

c) Tæmið eggaldin og stappið.

d) Þeytið annað hráefni út í og sleppið úr skeið í heita fitu, snúið bökunum þannig að þær brúnist jafnt.

e) Tæmið vel á pappírsþurrku og haldið heitu.

f) Bæta má smátt skornum lauk, steinselju o.s.frv.

79.Bakaðar eggaldinsamlokur

HRÁEFNI:

- 1 tsk ólífuolía
- 2 egg
- ½ bolli alhliða hveiti, eða meira eftir þörfum
- salt og nýmalaður svartur pipar eftir smekk
- 1 klípa cayenne pipar, eða meira eftir smekk
- 1 bolli panko mola
- 8 sneiðar af eggaldin, skornar 3/8 tommu þykkar
- 2 sneiðar provolone ostur, skornar í fernt
- 12 þunnar sneiðar af salami
- 2 ⅔ matskeiðar ólífuolía, skipt
- 2 ⅔ matskeiðar fínt rifinn Parmigiano-Reggiano ostur, skipt

LEIÐBEININGAR:

a) Forhitið ofninn í 425 gráður F (220 gráður C). Klæðið bökunarplötu með álpappír.

b) Þeytið egg í lítilli, grunnri skál. Blandið saman hveiti, salti, svörtum pipar og cayenne pipar í stóru grunnu fati. Hellið panko mola í annað stórt grunnt fat.

c) Toppaðu eina sneið af eggaldin með ¼ sneið provolone osti, 3 sneiðar salami og ¼ sneið provolone osti. Setjið jafnstóra sneið af eggaldin ofan á. Endurtaktu með eggaldinsneiðunum sem eftir eru, osti og salami.

d) Þrýstu varlega hverri eggaldinsamloku inn í kryddað hveiti til að hjúpa; hrista umframmagn af. Dýfðu báðum hliðum hverrar samloku í þeytt egg, þrýstu síðan í panko mola. Settu á tilbúna bökunarplötuna á meðan þú býrð til eggaldinsamlokurnar sem eftir eru.

e) Dreypið 1 tsk ólífuolíu í hring um 3 tommur í þvermál á álpappírinn; settu eggaldinsamloku á olíusvæðið. Stráið um 1 tsk Parmigiano-Reggiano osti yfir samlokuna. Endurtaktu með hinum 3 samlokunum sem eftir eru, helltu svæði á álpappírinn með ólífuolíu, settu samloku á olíuna og toppaðu með parmesanosti. Dreifið efst á hverri samloku með 1 teskeið af ólífuolíu.

f) Bakið í forhituðum ofni í 10 mínútur. Snúið samlokum og stráið 1 tsk Parmigiano-Reggiano osti ofan á. Bakið þar til það er brúnt og skurðarhnífur stingur auðveldlega í eggaldinið, 8 til 10 mínútur í viðbót. Berið fram heitt eða við stofuhita.

80.Eggaldin bruschetta gratín

HRÁEFNI:

- 1 eggaldin með hýði
- 1 bolli tómatsósa
- 1 bolli Rifinn mozzarella ostur
- 1 matskeið marjoram
- 4 sneiðar af heilhveitibrauði

LEIÐBEININGAR:

a) Skerið eggaldinið í kringlóttar sneiðar. Steikið sneiðarnar á pönnu með smá olíu.
b) Ristið brauðið. Dreifið tómatsósunni yfir ristað brauð.
c) Leggið eggaldinsneiðarnar ofan á. Stráið rifnum mozzarellaosti yfir.
d) Stráið smá marjoram yfir.
e) Setjið í ofninn undir grillinu í 2 - 3 mínútur eða þar til osturinn er brúnn.

81.Bresaola og eggaldin Bruschetta

HRÁEFNI:

- 3 matskeiðar Virgin ólífuolía
- ½ meðalstór rauðlaukur, þunnt sneið
- 2 lítil japansk eggaldin
- 2 matskeiðar rauðvínsedik
- ½ pund Ferskur mozzarella
- 8 Basil lauf, chiffonade
- 4 stórar sneiðar af ítölsku landi
- Brauð
- ¼ pund Bresaola, sneið pappír þunnt

LEIÐBEININGAR:

a) Hitið ólífuolíu í 10 til 12 tommu sauté pönnu þar til það er reykt.
b) Bætið lauknum út í og eldið þar til hann er mjúkur, um það bil 9 til 10 mínútur.
c) Á meðan, skera eggaldinið í ¼ tommu þykka hringi.
d) Þegar laukurinn hefur mýkst, bætið þá eggaldininu á pönnuna og eldið, hrærið reglulega þar til eggaldinið er orðið dökkt og mjúkt.
e) Bætið 2 msk rauðvínsediki út í og takið af hitanum til að kólna.
f) Skerið ferskan mozzarella í ¼ tommu teninga og bætið við kældu eggaldinblönduna.
g) Bætið basil og kryddið eftir smekk með salti og pipar.
h) Grillið eða ristað brauð á báðum hliðum og hellið ríkulegu magni yfir hverja brauðsneið. Setjið 3 sneiðar af Bresaola ofan á eggaldinblönduna og berið fram.

82. Eggaldin-og-hvítar baunaragout

HRÁEFNI:

- 1¼ tsk kosher salt
- 1 matskeið ósaltað tómatmauk
- 1 græn paprika, söxuð
- ¼ tsk svartur pipar
- 8½ aura krukku af sólþurrkuðum tómötum í olíu, saxaðir
- 1 gulur laukur, saxaður
- 3 bollar heitt soðið heilhveitikúskús
- Rauður pipar mulinn
- 1 msk balsamik- eða rauðvínsedik
- 30 aura af ósöltuðum cannellini baunum, tæmd og skoluð
- 1 eggaldin, afhýtt og skorið í teninga
- ½ bolli ósaltað grænmetiskraft
- 2 tsk saxað ferskt timjan
- 3 hvítlauksrif, söxuð
- 2 matskeiðar saxuð fersk flatblaða steinselja eða basilíka

LEIÐBEININGAR:

a) Hellið eggaldininu með helmingnum af salti og hellið af í sigti eftir 10 mínútur. Skolaðu og þurrkaðu.
b) Hitið 2 matskeiðar af tómatolíu á miðlungsháum hita á pönnu.
c) Bætið eggaldininu út í og brúnið eggaldinið á öllum hliðum, um það bil 5 mínútur.
d) Eldið í 2 mínútur, hrærið oft, með hvítlauk, lauk og papriku.
e) Setjið eggaldinblönduna í hæga eldavélina.
f) Hrærið söxuðum tómötum, baunum, soði, tómatmauki, timjani, svörtum pipar og saltinu sem eftir er saman við.
g) Eldið við lágan hita í 5 klukkustundir, eða þar til eggaldinið er mjög mjúkt.
h) Takið Slow Cooker af hellunni og hrærið steinselju og ediki út í.
i) Dreifið kúskúsinu á fjóra diska.
j) Yfir kúskúsið, skeiðið ragútinu.
k) Myljið rauða paprikuna ofan á.

83. Eggaldin og kjúklingakjötbollur

HRÁEFNI:

- 2 bollar soðið eggaldin, maukað
- 1 bolli soðnar kjúklingabaunir, maukaðar
- ½ bolli brauðrasp
- ¼ bolli rifinn parmesanostur
- 1 lítill laukur, smátt saxaður
- 2 hvítlauksgeirar, saxaðir
- 1 msk söxuð fersk basilíka
- 1 tsk þurrkað oregano
- Salt og pipar eftir smekk
- 1 egg, þeytt

LEIÐBEININGAR:

a) Blandið öllu hráefninu saman í stóra skál og blandið vel saman.
b) Mótaðu blönduna í kjötbollur og settu þær á bökunarplötu.
c) Bakið í forhituðum ofni við 375°F (190°C) í 20-25 mínútur eða þar til brúnað og stökkt.
d) Berið fram með marinara sósu og spaghetti.

84.Ristað eggaldin og saffransúpa

HRÁEFNI:

- 1 meðalstór rússuð kartöflu
- Ólífuolía
- 1 stórt eggaldin, óskrælt, skorið í ¼ tommu þykka hringi
- ¼ bolli Ólífuolía
- 1 meðalstór laukur; hakkað
- 4 hvítlauksrif; hakkað
- ½ tsk Þurrkað oregano; molnaði
- 5 bollar kjúklingakraftur eða soð úr dós
- ⅛ teskeið saffranþræðir

LEIÐBEININGAR:

a) Forhitið ofninn í 375F. Stingið í kartöfluna með gaffli. Setjið kartöflur á ofngrind og bakið þar til þær eru mjög mjúkar, um það bil 1 klukkustund.
b) Takið úr ofninum og kælið. Klæðið 2 bökunarplötur með álpappír og penslið með ólífuolíu.
c) Raðið eggaldin umferðir á tilbúnum blöðum. Bakið eggaldin í 15 mínútur. Hyljið með filmu.
d) Bakið þar til það er mjög mjúkt og brúnt, um 30 mínútum lengur.
e) Hitið ¼ bolli af ólífuolíu í þungum stórum potti yfir meðalháum hita.
f) Bætið við lauk, hvítlauk og oregano og steikið þar til laukur og hvítlaukur eru hálfgagnsær í um það bil 10 mínútur. Skerið kartöflur í bita.
g) Blandið kartöflu-, eggaldin- og laukblöndunni saman í örgjörva. Með vélina í gangi, bætið kjúklingakraftinum smám saman út í og blandið þar til það er slétt. Flytið yfir í pott.
h) Bætið saffran út í og látið suðuna koma upp.
i) Berið fram heitt.

85.Eggaldin Parmesan

HRÁEFNI:

- 2 stór eggaldin
- Salt (til að svitna eggaldinið)
- 1 bolli alhliða hveiti
- 4 stór egg, þeytt
- 2 bollar brauðrasp (helst ítalskum stíl)
- ½ bolli rifinn parmesanostur
- ½ tsk þurrkað oregano
- ½ tsk þurrkuð basil
- ½ tsk hvítlauksduft
- Jurtaolía (til steikingar)
- 2 bollar marinara sósa
- 2 bollar rifinn mozzarella ostur
- Fersk basilíkublöð (til skrauts)

LEIÐBEININGAR:

a) Forhitaðu ofninn þinn í 375°F (190°C).

b) Skerið eggaldin í ½ tommu þykka hringi. Stráið salti á báðar hliðar sneiðanna og setjið þær í sigti. Leyfðu þeim að sitja í um 20 mínútur til að leyfa saltinu að draga út umfram raka. Skolaðu eggaldinsneiðarnar undir köldu vatni og þurrkaðu þær með pappírshandklæði.

c) Undirbúið bökunarstöðina í þremur aðskildum grunnum skálum. Í fyrstu skálinni skaltu bæta hveitinu við. Þeytið eggin í seinni skálina. Í þriðju skálinni skaltu blanda saman brauðmylsnu, rifnum parmesanosti, þurrkuðu oregano, þurrkuðu basilíku og hvítlauksdufti.

d) Dýfðu hverri eggaldinsneið í hveitið og hristu umfram allt af. Dýfðu því svo í þeyttu eggin, láttu umframmagn leka af. Að lokum skaltu hjúpa sneiðina með brauðmylsnublöndunni, þrýsta varlega til að festast við brauðmylsnuna.

e) Hitið jurtaolíu í stórri pönnu yfir meðalháum hita. Steikið brauðuðu eggaldinsneiðarnar í lotum þar til þær eru gullinbrúnar og stökkar á báðum hliðum, um það bil 3-4 mínútur á hvorri hlið. Settu steiktu sneiðarnar á pappírsklædda disk til að tæma umfram olíu.

f) Dreifið þunnu lagi af marinara sósu á botninn í eldfast mót. Raðið lagi af steiktum eggaldinsneiðum ofan á sósuna. Setjið meiri marinara sósu yfir eggaldinið og stráið rifnum mozzarellaosti jafnt yfir. Endurtakið lögin þar til allar eggaldinsneiðarnar eru notaðar, endið með lagi af sósu og osti ofan á.

g) Bakið eggaldin-parmesan í forhituðum ofni í um 25-30 mínútur, eða þar til osturinn er bráðinn og freyðandi.

h) Takið úr ofninum og látið kólna í nokkrar mínútur áður en það er borið fram. Skreytið með fersku basilíkulaufi.

86. Eggaldin og valhnetu ravioli í sósu

HRÁEFNI:

FYLLING

- 1 eggaldin
- ¼ bolli Saxaðar valhnetur
- 1 bolli Ricotta ostur
- ¼ bolli Rifinn parmesanostur
- 4 tsk Hakkað steinselja
- 2 matskeiðar Hakkað fersk basilíka
- 1 matskeið Fersk salvía; hakkað
- Salt og hvítur pipar pestó--
- ½ bolli Fersk basilíkublöð þétt pakkað
- 1½ bolli furuhnetur
- 1 tsk Saxaðar valhnetur smátt saxaðar
- 1 hvítlauksgeiri
- 3 matskeiðar Rifinn parmesanostur
- ⅓ bolli Ólífuolía
- Salt og piparsósa
- 1 matskeið ósaltað smjör
- ¾ bolli Basic tómatsósa fyrir pasta

PASTA

- ¾ pund Þunnar fersk pastablöð fyrir Ravioli deigið
- 2 bollar hveiti
- 4 egg

LEIÐBEININGAR:

a) Afhýðið eggaldinið og skerið þversum í sneiðar, ½ tommu þykkar (12 mm).

b) Forhitið grillið. Raðið eggaldinsneiðum á grind í grillpönnu og steikið þar til þær eru ljósbrúnar, 3-4 mínútur. Snúðu og steiktu seinni hliðina í um 2-3 mínútur. Færið eggaldinið yfir á skurðbrettið og skerið það í litla bita.

c) Setjið á handklæði til að tæma umfram vökva og látið kólna. #2 Í matvinnsluskál, með málmblaði, blandaðu eggaldin, valhnetum og ¼ bolla af ricotta osti saman. Maukið þar til slétt.

d) Færið í skál og bætið afganginum af ricotta og parmesan saman við; steinselju, basil og salvíu. Hrærið þar til blandað. Lokið og kælið í að minnsta kosti 3 klukkustundir, í mesta lagi 24 klukkustundir.

e) Gerðu pestóið í matvinnsluvél með blað. Saxið í rétta röð og endið með ólífuolíu. Kryddið eftir að þið smakkið.

f) Rétt áður en fyllingin er notuð er smakkað til og kryddað með salti og pipar. Gerðu ravioli: 1 tsk á hvern kodda, vatn til að innsigla. Setjið til hliðar á grind til að þorna í 1 til 2 klukkustundir. Ravioli í ferningi eru hraðari, notaðu 2 ¼" hringskera.

g) Eldið ravioli varlega í miklu sjóðandi vatni þar til það er al dente, 3 til #6. Hitið smjör, tómatsósu og pestó á meðan.

h) Tæmið pasta og berið fram í heitri, grunnri skál, með upphitaðri pestósósu og nýrifum parmesan.

87.Eggaldin Og Hrísgrjón Provencale

HRÁEFNI:

- 1 stór eggaldin, um 2 pund
- 4 matskeiðar ólífuolía
- 3 bollar saxaður laukur
- 1 græn paprika, kjarnhreinsuð og fræhreinsuð, skorin í 1 tommu teninga
- 2 söxuð hvítlauksrif
- 1 tsk ferskt saxað timjan eða ½ teskeið þurrkað timjan
- 1 lárviðarlauf
- 3 tómatar, skrældir, kjarnhreinsaðir og saxaðir
- 1 bolli hrá hrísgrjón
- 3¾ bollar kjúklingasoð
- Salt og svartur pipar
- ½ bolli rifinn parmesanostur
- 2 matskeiðar smjör

LEIÐBEININGAR:

a) Hitið ofninn í 400 gráður. Skerið endana á eggaldinunum og skerið þau í 1 tommu teninga.
b) Hitið olíu á stórri pönnu og bætið eggaldinsteningum út í. Eldið við háan hita, hristið pönnuna af og til.
c) Bætið lauknum, grænum pipar, hvítlauk, timjan og lárviðarlaufi saman við, hrærið.
d) Hrærið tómötunum saman við og lækkið hitann,
e) Látið malla í 5 mínútur eða þar til megnið af vökvanum í pönnunni er gufað upp.
f) Hrærið hrísgrjónum og kjúklingasoði saman við.
g) Kryddið með salti og pipar.
h) Hellið blöndunni í eldfast mót og stráið osti yfir,
i) Setjið smjörið yfir og bakið, án loks, í 30 mínútur.

88.Spaghetti Leiðsögn með Eggaldin Persillade

HRÁEFNI:

FYRIR LEIÐSÖGN:

- Spaghetti leiðsögn
- olía
- 2 eða 3 hvítlauksrif
- salt og pipar eftir smekk
- parmesan ostur

ÚRGLANNA PERILLA:

- Eggaldin, sneið
- ½ matskeið salt
- ⅛ tommu ólífuolía
- hvítlauk

LEIÐBEININGAR:

FYRIR LEIÐSÖGN:

a) Gufðu og rífðu spaghetti Leiðsögn eins og venjulega.

b) Hitið nokkrar matskeiðar af olíu á stórri pönnu og hrærið 2 eða 3 hvítlauksrif saman við og eldið þau varlega í eina eða tvær mínútur.

c) Hellið svo spaghettí-leiðsögninu út í og blandið saman við hvítlaukinn, bætið við salti og pipar eftir smekk, bætið við meiri olíu [eða smjöri] og eldið að því marki sem þú vilt.

d) Hellið síðan með skeið af parmesanosti, hvolfið á heitt fat og skreytið með eggaldininu - en ekki henda þeim saman.

ÚRGLANNA PERILLA:

a) Skerið græna hettuna af og fjarlægðu hýðið með grænmetisskrjálsara. Skerið í ½ tommu sneiðar, skerið sneiðarnar í ½ tommu ræmur og ræmurnar í ½ tommu teninga. Hellið í sigti með ½ msk salti og látið renna af í að minnsta kosti 20 mínútur. Þurrkaðu síðan í handklæði.

b) Fylltu stóra steikarpönnu [helst steikarlausa] með ⅛ tommu ólífuolíu og steiktu eggaldinið við hóflega háan hita í 4 til 5 mínútur og hrærðu oft, þar til það er mjúkt, prófaðu með því að smakka stykki.

c) Bætið hvítlauknum út í og hrærið í eina mínútu til að elda hann, blandið síðan steinseljunni saman við á síðustu stundu.

d) Þetta er gott eitt og sér, annað hvort heitt eða kalt.

e) Færðu meiri ost fyrir þá sem þess óska.

89.Eggaldin og Tempeh-fyllt pasta

HRÁEFNI:

- 8 aura tempeh
- 1 meðalstórt eggaldin
- 12 stórar pastaskeljar
- 1 hvítlauksgeiri, maukaður
- 1⁄4 tsk malað cayenne
- Salt og nýmalaður svartur pipar
- Þurrkaðu ókryddaða brauðmylsnu
- 3 bollar marinara sósa, heimagerð

LEIÐBEININGAR:

a) Í meðalstórum potti með sjóðandi vatni, eldið tempeh í 30 mínútur. Tæmið og látið kólna.

b) Forhitið ofninn í 450°F. Stingið í eggaldinið með gaffli og bakið á smurðri ofnplötu þar til það er mjúkt, um 45 mínútur.

c) Á meðan eggaldin er að bakast, eldið pastaskeljarnar í potti með sjóðandi saltvatni, hrærið af og til, þar til al dente, um það bil 7 mínútur. Tæmið og látið renna undir köldu vatni. Setja til hliðar.

d) Takið eggaldinið úr ofninum, helmingið langsum og tæmið vökva af. Lækkið ofnhitann í 350°F. Olía létt á 9 x 13 tommu bökunarpönnu. Vinnið hvítlaukinn í matvinnsluvél þar til hann er fínmalaður. Bætið tempeh út í og pulsið þar til það er grófmalað. Skafið eggaldinskvoða úr skelinni og bætið í matvinnsluvélina ásamt tempeh og hvítlauk. Bætið cayenneinu út í, kryddið með salti og pipar eftir smekk og blandið saman. Ef fyllingin er laus skaltu bæta við smá brauðmylsnu.

e) Smyrjið lagi af tómatsósunni á botninn á tilbúnu bökunarforminu. Settu fyllinguna í skeljarnar þar til þær eru vel pakkaðar.

f) Raðið skeljum ofan á sósuna og hellið afganginum af sósunni yfir og utan um skeljarnar. Hyljið með filmu og bakið þar til það er heitt, um 30 mínútur. Afhjúpaðu, stráðu parmesan yfir og bakaðu í 10 mínútur lengur. Berið fram strax.

90.Chermoula eggaldin með búlgur og jógúrt

HRÁEFNI:

- 2 hvítlauksgeirar, muldir
- 2 tsk malað kúmen
- 2 tsk malað kóríander
- 1 tsk chile flögur
- 1 tsk sæt paprika
- 2 matskeiðar smátt saxaður niðursoðinn sítrónuberki
- ⅔ bolli ólífuolía, auk auka til að klára
- 2 meðalstór eggaldin
- 1 bolli fínn bulgur
- ⅔ bolli sjóðandi vatn
- ⅓ bolli gullnar rúsínur
- 3½ matskeiðar heitt vatn
- ⅓
  únsa kóríander, hakkað, auk auka til að klára
- ⅓ únsa mynta, saxuð
- ⅓ bolli grónar ólífur, skornar í helming
- ⅓ bolli sneiðar möndlur, ristaðar
- 3 grænir laukar, saxaðir
- 1½ msk nýkreistur sítrónusafi
- ½ bolli grísk jógúrt
- salt

LEIÐBEININGAR:

a) Forhitið ofninn í 400°F / 200°C.

b) Til að búa til chermoula skaltu blanda hvítlauk, kúmeni, kóríander, chile, papriku, niðursoðinni sítrónu, tveimur þriðju af ólífuolíunni og ½ teskeið af salti í litla skál.

c) Skerið eggaldinin í tvennt eftir endilöngu. Skoraðu hold hvers helmings með djúpum, skáskornum þverskornum skorum, passaðu að stinga ekki í húðina. Hellið chermúllunni yfir hvern helming, dreifið því jafnt yfir og setjið á bökunarplötu með skurðhliðinni upp. Setjið í ofninn og steikið í 40 mínútur, eða þar til eggaldinin eru alveg mjúk.

d) Á meðan skaltu setja bulgur í stóra skál og hylja með sjóðandi vatni.

e) Leggið rúsínurnar í bleyti í volgu vatni. Eftir 10 mínútur, tæmdu rúsínurnar og bætið þeim út í bulgur ásamt olíunni sem eftir er. Bætið við kryddjurtum, ólífum, möndlum, grænum lauk, sítrónusafa og klípu af salti og hrærið saman. Smakkið til og bætið við meira salti ef þarf.

f) Berið eggaldinin fram heit eða við stofuhita. Setjið ½ eggaldin með skurðhliðinni upp á hvern disk. Setjið bulgur ofan á, látið sumt falla frá báðum hliðum. Hellið smá jógúrt yfir, stráið kóríander yfir og endið með ögn af olíu.

91.Brennt eggaldin og Mograbieh súpa

HRÁEFNI:

- 5 lítil eggaldin
- sólblómaolía, til steikingar
- 1 laukur, sneiddur
- 1 msk kúmenfræ, nýmaluð
- 1½ tsk tómatmauk
- 2 stórir tómatar, roðhreinsaðir og skornir í teninga
- 1½ bolli kjúklinga- eða grænmetiskraftur
- 1⅔ bollar vatn
- 4 hvítlauksrif, pressuð
- 2½ tsk sykur
- 2 matskeiðar nýkreistur sítrónusafi
- ⅓ bolli mograbieh, eða maftoul, fregola eða risastór kúskús
- 2 matskeiðar rifin basil, eða
- 1 matskeið saxað dill, valfrjálst
- salt og nýmalaður svartur pipar

LEIÐBEININGAR:

a) Byrjaðu á því að brenna þrjú af eggaldinunum með hvítlauk, sítrónu og granateplafræjum .

b) Skerið eggaldin sem eftir eru í ⅔ tommu / 1,5 cm teninga. Hitið um ⅔ bolli / 150 ml olíu í stórum potti við miðlungsháan hita. Þegar það er heitt skaltu bæta við eggaldinsterningunum. Steikið í 10 til 15 mínútur, hrærið oft, þar til allt er litað; bæta við smá olíu ef þarf svo það sé alltaf smá olía á pönnunni. Fjarlægðu eggaldinið, settu í sigti til að tæma það og stráðu salti yfir.

c) Gakktu úr skugga um að þú eigir um 1 matskeið olíu eftir á pönnunni, bætið svo lauknum og kúmeninu út í og steikið í um 7 mínútur, hrærið oft. Bætið tómatmaukinu út í og eldið í eina mínútu áður en tómötunum, soðinu, vatni, hvítlauk, sykri, sítrónusafa, 1½ tsk salt og smá svörtum pipar er bætt út í. Látið malla varlega í 15 mínútur.

d) Á meðan, láttu suðu koma upp í lítinn pott af söltu vatni og bætið við mograbieh eða öðru. Eldið þar til al dente; þetta er mismunandi eftir vörumerkjum en ætti að taka 15 til 18 mínútur (athugaðu pakkann). Tæmið og hressið undir köldu vatni.

e) Flyttu brenndu eggaldinskjötinu yfir í súpuna og blandaðu því í sléttan vökva með blöndunartæki. Bætið mograbieh og steiktu eggaldininu út í, geymið smá til að skreyta í lokin og látið malla í 2 mínútur í viðbót.

f) Smakkið til og stillið kryddið. Berið fram heitt, með fráteknu mograbieh og steiktu eggaldini ofan á og skreytt með basil eða dilli, ef þú vilt.

92.Eggaldinsteikur

HRÁEFNI:

- 2 Rosa Bianca eggaldin
- 2 egg (þeytt)
- 1 bolli brauðrasp
- Handfylli af ferskri steinselju (hakkað)
- Salt og pipar eftir smekk
- Jurtaolía til steikingar

LEIÐBEININGAR:

a) Þvoið eggaldinin og þurrkaðu þau. Skerið endana af.
b) Skerið hvert eggaldin þversum í ⅓ tommu þykkar sneiðar.
c) Dýfðu hverri sneið í þeytt eggin og klæddu þau síðan með brauðrasp.
d) Þrýstu brauðmylsnunni ofan í eggaldinsteikurnar með lófanum og sláðu af umframmagninu.
e) Raðið öllum brauðuðu eggaldinsneiðunum á skurðbretti eða stóran disk.
f) Forhitið jurtaolíuna í stóra, djúpa pönnu í 350°F (175°C).
g) Ef þú átt ekki eldhúshitamæli geturðu prófað að steikja með smærri bita fyrst. Olían er tilbúin þegar stykkið síast strax og flýtur upp.
h) Setjið eggaldinsteikurnar varlega í forhituðu olíuna og steikið þær á hvorri hlið í 3 til 4 mínútur. Snúið þeim öðru hvoru til að tryggja jafna eldun.
i) Fjarlægðu soðnu eggaldinin og settu þau á pappírshandklæði til að draga í sig umfram olíu.
j) Stráið eggaldinsteikunum yfir salti og pipar eftir smekk.
k) Njóttu eggaldinsteikanna á meðan þær eru heitar, ríkulega dreyptar af ferskum kryddjurtum.
l) Þessar eggaldinsteikur eru yndislegur réttur sem sameinar rjómalaga innréttingu og stökku ytra byrði. Þau eru fullkomin fyrir fljótlega og seðjandi máltíð.

93.Líbanneskt grillað eggaldin salat

HRÁEFNI:

- 2 stór eggaldin
- 2 tómatar, skornir í bita
- 1 agúrka, skorin í teninga
- 1 rauð paprika, skorin í teninga
- ½ rauðlaukur, þunnt sneið
- ¼ bolli fersk steinselja, söxuð
- ¼ bolli fersk mynta, söxuð
- Safi úr 1 sítrónu
- 3 matskeiðar extra virgin ólífuolía
- 2 hvítlauksgeirar, saxaðir
- Lágt natríum salt og pipar, eftir smekk

LEIÐBEININGAR:

a) Forhitið grill eða grillpönnu við meðalháan hita.
b) Skerið eggaldin langsum í ½ tommu þykkar sneiðar.
c) Penslið báðar hliðar eggaldinsneiðanna með ólífuolíu og kryddið með salti og pipar.
d) Setjið eggaldinsneiðarnar á grillið og eldið í um 3-4 mínútur á hvorri hlið, þar til þær eru mjúkar og með grillmerki.
e) Takið grillaða eggaldinið af hitanum og látið það kólna aðeins. Skerið eggaldinsneiðarnar í hæfilega stóra bita.
f) Í stórri blöndunarskál, blandaðu saman grilluðu eggaldininu, hægelduðum tómötum, hægelduðum agúrku, hægelduðum rauðri papriku, þunnt sneiðum rauðlauk, saxaðri steinselju og saxaðri myntu.
g) Þeytið saman sítrónusafa, ólífuolíu, söxuðum hvítlauk, salti og pipar í sérstakri skál til að búa til dressingu.
h) Hellið dressingunni yfir salathráefnin í stóru blöndunarskálinni. Hrærðu varlega til að blanda saman og húðaðu innihaldsefnin jafnt.
i) Stillið kryddið ef þarf.
j) Látið salatið standa í um það bil 10 mínútur til að leyfa bragðinu að blandast saman.
k) Berið fram líbanska grillaða eggaldinsalatið við stofuhita eða kælt. Skreytið með viðbótar saxaðri steinselju og myntu, ef vill.
l) Njóttu þessa hressandi og hollustu salats sem sýnir dýrindis bragðið frá Líbanon!

94. Eggaldin Ratatouille

HRÁEFNI:

FORSALTA

- ½ pund eggaldin
- ½ pund kúrbít
- 3 lítra blöndunarskál
- 1 tsk salt

SAUTÉING

- 4 matskeiðar af ólífuolíu
- 10 til 12 tommu emaljeð eða klístraður steikarpanna
- ½ pund (1½ bolli) sneiddur laukur
- 1 bolli græn paprika í sneiðum (um 2 paprikur)
- 2 geirar maukaðir hvítlaukur
- Salt og pipar
- 1 pund tómatar, skrældir, fræhreinsaðir og safiaðir
- 3 matskeiðar söxuð steinselja

SAMSETNING OG BASTUR

- 2½ lítra eldheldur pottur 2 tommur djúpur

LEIÐBEININGAR:

a) Afhýðið eggaldin og skerið í langsum sneiðar ⅜ tommu þykkar. Skrúbbið kúrbít undir köldu vatni.

b) Skerið af og fargið tveimur endum og skerið kúrbít í ⅜ tommu þykka bita langsum. Blandið grænmetinu saman í skál með salti og látið standa í 30 mínútur. Afrennsli; þurrkaðu í handklæði.

c) Hitið ólífuolíu á pönnu, steikið síðan eggaldin og kúrbítsneiðar til að brúnast létt á báðum hliðum. Takið út í meðlæti. Bætið við meiri olíu ef þarf og steikið lauk og papriku rólega þar til mjúkt. Hrærið hvítlauk út í og kryddið með salti og pipar. Skerið tómatkvoða í strimla og setjið yfir lauk og papriku.

d) Setjið lok á pönnuna og eldið í 5 mínútur, afhjúpið síðan, hækkið hitann og sjóðið í nokkrar mínútur þar til tómatsafi hefur nánast gufað upp. Kryddið með salti og pipar; blandið steinselju saman við.

e) Setjið þriðjung af tómatblöndunni í botninn á pottinum. Raðið helmingnum af eggaldininu og kúrbítnum ofan á, síðan helmingnum af tómötunum sem eftir eru. Hyljið afganginn af eggaldininu og kúrbítnum yfir og það síðasta af tómatblöndunni. Lokið pottinum og látið malla við vægan hita í 10 mínútur. Afhjúpaðu, tæmdu pottinn og þeyttu með safanum og leiðréttu kryddið ef þörf krefur. Hækkið hitann örlítið og sjóðið rólega þar til safinn er nánast alveg gufaður upp.

f) Berið fram heitt með steikum, steikum, hamborgurum og steiktum fiski.

g) Berið fram kalt með köldu kjöti og fiski eða sem köldu forrétt.

95.Eggaldin og tómatchutney

HRÁEFNI:

- 1,5 kg af þroskuðum eggjum eða vínþroskuðum tómötum
- 1 ½ tsk af fennelfræjum
- 1 ½ tsk af kúmenfræjum
- 1 ½ tsk af brúnum sinnepsfræjum
- ¼ bolli af extra virgin ólífuolíu
- 2 rauðlaukar, smátt saxaðir
- 2 hvítlauksgeirar, smátt saxaðir
- 2 rauðir chili, fræhreinsaðir og smátt saxaðir
- 2 tsk af timjanlaufum
- 450 g af eggaldin, skorið í 1 cm bita
- 3 Granny Smith epli, afhýdd, kjarnhreinsuð og skorin í 1 cm bita
- 1 bolli af rauðvínsediki
- 1 bolli þétt pakkaður púðursykur

LEIÐBEININGAR:

a) Gerðu lítinn krosslaga skurð í botn hvers tómatar, þeytið þá síðan í þremur aðskildum lotum í potti með sjóðandi vatni í um það bil 30 sekúndur eða þar til hýðið byrjar að losna. Í kjölfarið skaltu kæla þá fljótt í vask fylltum með köldu vatni og afhýða þá tómatana.

b) Skerið afhýddu tómatana í tvennt lárétt og ausið fræin og safa í skál; leggja þetta til hliðar. Saxið kjötið af tómötunum gróft og setjið það líka til hliðar.

c) Hrærið fennelfræin, kúmenfræin og brún sinnepsfræin í stórum, þungum potti við miðlungshita í um það bil 1 mínútu, eða þar til þau verða ilmandi. Flyttu síðan þessi krydd í skál.

d) Settu pottinn aftur á miðlungshita, bætið við ólífuolíu. Bætið nú við fínsöxuðum lauk, hvítlauk, chili, timjan og 3 teskeiðar af salti. Hrærið af og til og eldið í um það bil 5 mínútur.

e) Setjið eggaldinið í blönduna og haltu áfram að elda, hrærið af og til, í um það bil 8 mínútur, eða þar til grænmetið verður meyrt. Bætið við hakkað tómatkjötinu, áður ristuðu kryddunum, eplum, rauðvínsediki og púðursykri.

f) Sigtið frátekinn tómatsafa í pottinn og fargið fræjunum. Látið blönduna sjóða og leyfið henni síðan að malla í um 45 mínútur, eða þar til mestur vökvinn hefur gufað upp.

g) Helltu heitu chutneyinu í sótthreinsaðar krukkur á meðan það er enn heitt og lokaðu krukkunum strax.

96.Eggaldin cannelloni

HRÁEFNI:

- Eggjadeig
- Ólífuolía
- 3 hvítlauksgeirar, saxaðir
- 1 bolli rauðvín
- 2 (28 aura) dósir af muldum tómötum
- 1 búnt basil
- Kosher salt
- Nýmalaður svartur pipar
- Ólífuolía
- 1 eggaldin, afhýtt og skorið í teninga
- 4 hvítlauksrif, skorin í sneiðar
- 3 greinar rósmarín, saxað
- 4 bollar ricotta ostur
- 1 bolli rifinn mozzarella
- Kosher salt
- Nýmalaður svartur pipar

LEIÐBEININGAR:

a) Forhitið ofninn í 350°F (177°C) og látið sjóða í stórum potti af söltu vatni.

b) Rykið tvær plötur með semolina hveiti. Til að búa til pastað skaltu rúlla deiginu út þar til lakið er um það bil 1/16 tommu þykkt .

c) Skerið útrúlluðu blöðin í 6 tommu (15 cm) hluta og settu þau á plöturnar þar til þú hefur um það bil 20 blöð.

d) Vinnið í lotum, sleppið blöðunum í sjóðandi vatnið og eldið þar til þær eru aðeins teygjanlegar, um það bil 1 mínútu. Settu á pappírsþurrkur og þurrkaðu.

e) Til að búa til fyllinguna, bætið við ögn af ólífuolíu, eggaldin, hvítlauk og rósmarín á stórri pönnu við háan hita og eldið þar til mjúkt, um það bil 4 til 5 mínútur. Látið kólna og blandið saman við ricotta og mozzarella í skál. Kryddið með salti og nýmöluðum svörtum pipar.

f) Til að setja saman, setjið sósuna á botninn á 9 × 13 tommu (22,9 × 33 cm) bökunarformi. Settu pastaplötuna eftir endilöngu, settu um 3 matskeiðar (45 g) af fyllingu niður í brúnina næst þér. Veltið pastanu varlega frá þér og hyljið fyllinguna. Settu fylltu cannelloni í einu lagi í bökunarformið. Setjið meiri sósu ofan á cannelloni og stráið rifnum mozzarella yfir.

g) Setjið cannelloni inn í ofn og eldið í um 45 mínútur.

97.Brennt eggaldin með Granatepli

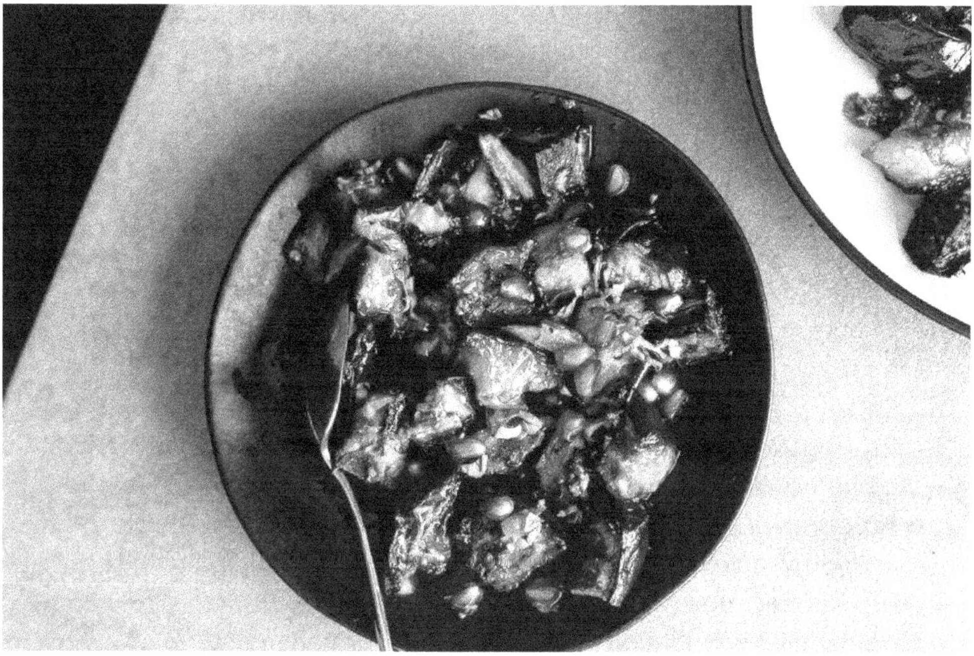

HRÁEFNI:

- 4 stór eggaldin
- 2 hvítlauksgeirar, muldir
- rifinn börkur af 1 sítrónu og 2 matskeiðar nýkreistur sítrónusafi
- 5 matskeiðar ólífuolía
- 2 matskeiðar saxuð flatblaða steinselja
- 2 matskeiðar söxuð mynta
- fræ af ½ stóru granatepli (½ bolli / 80 g samtals)
- salt og nýmalaður svartur pipar

LEIÐBEININGAR:

a) Ef þú ert með gaskút skaltu fóðra botninn með álpappír til að vernda hann og halda aðeins brennurunum óvarnum.

b) Settu eggaldinin beint á fjóra aðskilda gasbrennara með miðlungs loga og steiktu í 15 til 18 mínútur, þar til hýðið er brennt og flagnað og holdið er mjúkt. Notaðu málmtöng til að snúa þeim við af og til.

c) Að öðrum kosti, skera eggaldin með hníf á nokkrum stöðum, um ¾ tommu / 2 cm djúpum, og setja á bökunarplötu undir heitum káli í um það bil klukkustund. Snúðu þeim við á 20 mínútna fresti eða svo og haltu áfram að elda jafnvel þótt þau springi og brotni.

d) Takið eggaldinin af hellunni og leyfið þeim að kólna aðeins. Þegar það hefur kólnað nógu mikið til að hægt sé að höndla það skaltu skera op meðfram hvert eggaldin og ausa mjúka holdið út og skipta því með höndunum í langar þunnar ræmur. Fargið skinninu. Tæmið holdið í sigti í að minnsta kosti klukkutíma, helst lengur, til að losna við sem mest vatn.

e) Setjið eggaldinmaukið í meðalstóra skál og bætið hvítlauknum, sítrónuberknum og safa, ólífuolíu, ½ tsk salti og vel malaðri svörtum pipar út í. Hrærið og leyfið eggaldininu að marinerast við stofuhita í að minnsta kosti klukkutíma.

f) Þegar þú ert tilbúinn að bera fram skaltu blanda flestum kryddjurtum út í og smakka til.

g) Hraðaðu hátt á borðplötu, dreifðu granateplafræjunum yfir og skreytið með afganginum af kryddjurtunum.

98.Hannukah Sabih

HRÁEFNI:

- 2 stór eggaldin
- 1¼ bollar sólblómaolía
- 4 sneiðar hvítt brauð, ristaðar eða litlar pítur
- 1 bolli / 240 ml Tahini sósa
- 4 stór egg úr lausagöngu, harðsoðin, afhýdd og skorin í fjórða
- 4 matskeiðar Zhoug
- amba eða bragðmikil mangó súrum gúrkum (valfrjálst)
- salt og nýmalaður svartur pipar

HÖKKT SALAT

- 2 meðalþroskaðir tómatar, skornir í teninga
- 2 smágúrkur, skornar í teninga
- 2 grænir laukar, þunnar sneiðar
- 1½ msk saxuð flatblaða steinselja
- 2 tsk nýkreistur sítrónusafi
- 1½ msk ólífuolía

LEIÐBEININGAR:

a) Notaðu grænmetisskrælara til að afhýða eggaldinshýðisræmur ofan frá og niður og skildu eftir eggaldinin með strimlum af svörtu skinni og hvítu holdi, sebraheilsu. Skerið bæði eggaldin á breidd í sneiðar 1 tommu / 2,5 cm þykkar.

b) Stráið þeim salti á báðar hliðar, dreifið þeim síðan á ofnplötu og látið standa í að minnsta kosti 30 mínútur til að fjarlægja vatn. Notaðu pappírsþurrkur til að þurrka þau.

c) Hitið sólblómaolíuna á breiðri pönnu. Varlega—olían spýtur—steikið eggaldinsneiðarnar í lotum þar til þær eru fallegar og dökkar, snúið einu sinni, 6 til 8 mínútur alls. Bætið við olíu ef þarf þegar þið eldið loturnar. Þegar það er búið ættu eggaldinbitarnir að vera alveg mjúkir í miðjunni. Takið af pönnunni og látið renna af á pappírshandklæði.

d) Búðu til saxað salat með því að blanda öllu hráefninu saman og krydda með salti og pipar eftir smekk.

e) Rétt fyrir framreiðslu er 1 brauðsneið eða pítusneið sett á hvern disk. Setjið 1 matskeið af tahinisósunni yfir hverja sneið, raðið síðan eggaldinsneiðunum ofan á og skarast.

f) Dreypið meira tahini yfir en án þess að hylja eggaldinsneiðarnar alveg. Kryddið hverja eggjasneið með salti og pipar og raðið yfir eggaldinið.

g) Dreypið meira tahini ofan á og setjið eins mikið af zhoug yfir og þið viljið.

h) Skeið yfir mangósúrur líka, ef vill.

i) Berið grænmetissalatið fram til hliðar, setjið smá skeið ofan á hvern skammt ef vill.

99.Þrífaldar súkkulaðimuffins

HRÁEFNI:

- 1 bolli af soðnu eggaldini
- 1 breytt höregg
- ¼ bolli dreypandi möndlusmjör
- 1 matskeið balsamik edik
- 1 tsk vanilluþykkni
- ¼ bolli hlynsíróp
- ½ bolli kókossykur
- ½ bolli súkkulaðibitar, skipt í tvennt
- ⅔ bolli glútenlausir rúllaðir hafrar
- 1 bolli möndlumjöl
- ½ bolli kakóduft
- 1,5 tsk matarsódi
- ½ tsk salt

LEIÐBEININGAR:

a) Forhitaðu ofninn þinn í 425°F (218°C). Smyrjið eða raðið 9 muffinsbollum.

b) Þvoið eggaldinið og skerið það í 1 tommu bita. Setjið bitana í glerskál, hyljið með öðrum disk og hitið í örbylgjuofn í 3-4 mínútur á háum hita þar til eggaldinið er orðið mjúkt.

c) Á meðan eggaldinið er enn heitt skaltu bæta því í blandara eða matvinnsluvél ásamt höregginu, möndlusmjörinu, hlynsírópinu, kókossykrinum, helmingnum af súkkulaðiflögunum (45g), balsamikediki og vanilluþykkni. Blandið þar til þú færð slétt og rjómakennt þykkt.

d) Hellið blönduðu blöndunni í stóra blöndunarskál. Bætið síðan haframjöli, höfrum, möndlumjöli, kakódufti, matarsóda og salti út í.

e) Blandið þar til hráefnin eru rétt sameinuð. Það fer eftir rakainnihaldi eggaldinsins þíns, þú gætir þurft að bæta við 1-3 matskeiðum af möndlu- eða haframjöli. Deigið á að vera þykkt en ekki of þétt, með áferð sem er ekki rennandi eins og pönnukökudeig (sjá myndbandið fyrir áferðina sem óskað er eftir).

f) Að öðrum kosti er hægt að bæta þurrefnunum í blandarann, að hafrunum undanskildum, og blanda þeim saman. Hrærið síðan höfrunum saman við og súkkulaðibitana sem eftir eru.

g) Setjið deigið með skeið í hverja muffinsfóðringu og fyllið þá að ofan (um það bil 92-95g hvor).

h) Bakið muffinsin í 5 mínútur við 425°F (218°C), lækkið síðan hitann í 350°F (177°C). Haltu áfram að baka í 18- 20 mínútur til viðbótar , miðaðu við 18 mínútur ef þú vilt frekar dökkar muffins og 20 mínútur fyrir meira kökulíka áferð.

i) Takið muffinsin úr ofninum og leyfið þeim að kólna á pönnunni í 2-3 mínútur. Síðan skaltu flytja þær yfir á vírgrind til að kólna frekar.

j) Njóttu þessara hollu, vegan og glútenlausu þrefalda súkkulaðimuffins í morgunmat, snakk eða eftirrétt án hreinsaðs sykurs eða viðbættrar olíu.

100.Eggaldinsterta með geitaosti

HRÁEFNI:

- 2 pund af eggaldin (um 3 lítil eggaldin; 900g)
- 4 teskeiðar af kosher salti, skipt
- Alhliða hveiti, til að rykhreinsa
- 2 blöð af frosnu laufabrauði (1 full kassi), þíða
- 4 matskeiðar af extra virgin ólífuolíu (2 aura; 60g)
- Nýmalaður svartur pipar
- ½ bolli af ferskum geitaosti (4 aura; 112g)
- 2 bollar af rifnum Gouda (6 aura; 168g)
- 2 teskeiðar af nigella fræjum
- 4 matskeiðar af hunangi (2 aura; 60g), skipt
- Ferskar kryddjurtir, eins og graslaukur eða basil, til skrauts (valfrjálst)

LEIÐBEININGAR:

a) Notaðu beittan matreiðsluhníf eða mandólín til að skera eggaldinið í ¼ tommu þykkar sneiðar.

b) Kastaðu sneiðunum með 1 matskeið (12g) af kosher salti og settu þær til hliðar í sigti sem sett er yfir skál eða vask. Látið renna af þeim í að minnsta kosti 30 mínútur.

c) Stilltu tvær grindur í ofninum í efri og neðri miðstöðu. Forhitið ofninn í 400°F (200°C).

d) Klæddu þrjár bökkum með bökkum með bökunarpappír. Skerið líka auka blað af pergamenti og setjið til hliðar.

e) Á létt hveitistráðu yfirborði, setjið þíddar laufabrauðsplötur ofan á hvort annað.

f) Rúllaðu sætabrauðinu út þar til það er bara nógu stórt til að passa í hálft arkarbakka, um það bil 11 x 15 tommur. Notaðu nóg hveiti til að koma í veg fyrir að það festist.

g) Rúllaðu sætabrauðinu á kökukefli til að flytja það, rúllaðu því síðan út á bökunarpappírsklædda ofnplötu. Setjið aukapappírsörkið ofan á.

h) Á þessum tíma hefði eggaldinið losað umfram vökva. Skolið eggaldinsneiðarnar undir köldu vatni til að fjarlægja saltið sem eftir er og þurrkaðu þær með hreinu eldhúsþurrku eða pappírshandklæði. Raðið eggaldinsneiðunum á tvær ofnar bökunarplöturnar sem eftir eru. Kryddið þær með extra virgin ólífuolíu, svörtum pipar og kosher salti sem eftir er.

i) Settu eina af eggaldinbökunarplötunum ofan á smjördeigið til að þyngja það þegar það bakast. Bakið allar þrjár plöturnar í forhituðum ofni í um það bil 20 mínútur, snúið pönnunum einu sinni eftir 10 mínútur. Á þessum tíma verður eggaldinið mjúkt og sætabrauðið verður stíft en ætti ekki að fá neinn lit.

SAMLAÐU TERTUNUM:

j) Eftir fyrstu bakstur skaltu taka plöturnar úr ofninum. Hækkið ofnhitann í 500°F (260°C). Notaðu offset spaða til að dreifa geitaosti jafnt á smjördeigið. Stráið rifnum Gouda- og nigellafræjum yfir geitaostinn.

k) Raðið eggaldinsneiðunum að hluta til að hylja tertuna. Dreypið 2 matskeiðum (30 g) af hunangi jafnt yfir eggaldinið.

l) Setjið tertuna aftur í ofninn og bakið í 15 mínútur til viðbótar eða þar til deigið er djúpt brúnt og stökkt í gegn.

m) Kláraðu tertuna með því að dreypa hunanginu sem eftir er yfir hana. Skreytt með ferskum kryddjurtum eins og graslauk eða basil. Skerið tertuna í viðeigandi skammtastærðir og berið fram strax.

n) Njóttu þessarar ljúffengu eggaldintertu með geitaosti og hunangi sem yndislegur forréttur eða aðalréttur.

NIÐURSTAÐA

Þegar við náum hámarki á matreiðsluferð okkar í gegnum „Fyrir Fullkomin Upplifun Af Einstöku Grænmeti," vonum við að bragðið og sögurnar sem deilt er á þessum síðum hafi sett óafmáanlegt mark á matreiðsluvitund þína. Þessi matreiðslubók er ekki aðeins leiðarvísir; það er hvati til ævilangrar þakklætis fyrir fjölbreytta og oft vanmetna meðlimi grænmetisfjölskyldunnar.

Ævintýrinu sem þú hefur farið í lýkur ekki með því að fletta þessum síðustu blaðsíðum; heldur nær það inn í eldhúsið þitt, matreiðslurannsóknarstofuna þína þar sem tilraunir og nýsköpun eru í aðalhlutverki. Hið einstaka grænmeti sem kynnt er hér er ekki bara hráefni ; þeir eru félagar þínir á ferð í átt að ríkari og líflegri matreiðsluupplifun.

Þegar þú flytur nýfundna þekkingu og innblástur frá þessari matreiðslubók inn í matreiðslustarf þitt skaltu líta á hvert grænmeti sem ekki eingöngu hluti af rétti heldur sem uppsprettu endalausra möguleika. Deildu uppgötvunum þínum, búðu til afbrigði þín og láttu bragðsinfóníuna halda áfram að hljóma í eldhúsinu þínu.

" Fyrir Fullkomin Upplifun Af Einstöku Grænmeti" er meira en safn uppskrifta; þetta er lofsöngur um fegurð fjölbreytileikans og hátíð matreiðsluteppsins sem hvert einstakt grænmeti stuðlar að. Megi framtíðar matreiðsluævintýri þín einkennast af könnun, áræðni og áframhaldandi ástríðu fyrir hinu óvenjulega.

Hér er til gleði að uppgötva, smakka og deila gleðinni af Sunnudagur, rutabaga, eggaldin og ótal öðru einstöku grænmeti sem gerir hverja máltíð að hátíð bragðs og sérstöðu. Þegar þú heldur áfram matreiðsluferð þinni, getur hver biti verið vitnisburður um hið merkilega og óvenjulega í heimi grænmetisins. Góða eldamennsku!

www.ingramcontent.com/pod-product-compliance
Lightning Source LLC
LaVergne TN
LVHW011014061026
849535LV00006B/1876
* 9 7 8 1 8 3 5 9 3 4 5 3 1 *